தீ பரவட்டும்

கா. ந. அண்ணாதுரை

Title: Thee Paravattum

Author: C. N. Annadurai

Language: Tamil

First Published on: 1943

Year of Publication: 2024

Book Format: Paperback

*Page Size: 6inch * 9inch*

Category: Essays

Subject: Political Essays

No. of pages: 70

ISBN: 978-81-988143-4-0

Published by: Nilan Publishers, Madurai, Tamilnadu, India

பொருளடக்கம்

குறிப்புகளுக்காக

படிக்குமுன்...

பேரறிவும், பலமொழித்திறனும் உயர்ந்த முறையில் விவாதம் செய்யும் ஆற்றலும் பெற்ற பேரறிஞர்கள் நால்வர் நிகழ்த்திய இராமாயணச் சொற்போர் இந்நூல்!

கம்பன் காவியம் எத்தகையது? அந்த காவியம் நாட்டிற்கு செய்த நன்மைகளென்ன? அது புரிந்த தீமைகள் எவை? என்பனபற்றியும் திராவிட நாட்டு மக்கள் எவ்விதம் தாழ்ந்தும் தேய்ந்தும் போயினர் என்பதையும், அவர்கள் இன உணர்ச்சி பெற்று திகழவேண்டிய வழி வகைகள் எவை? என்பதையும், மொழிப்பற்றுடன் விழிப்புற்று எழுவதற்கு என்ன வழி? என்பதையும், இதில் விளக்கமாக விவாதித்துள்ளனர் அறிஞர்கள் நால்வர்.

விவாத்ததில் தம்பன் கவி நயங்களையும், இலக்கண அமைப்பு முறைகளையும், கற்பனைகளையும், வர்ணனைகளையும் உயர்த்திப் பேசினர் அறிஞர்களான சோமசுந்தரனாரும், சேதுப்பிள்ளை அவர்களும்!

கம்பன் கவியில் குறைந்தவன் என்றும் புலமை இல்லாதவன் என்றும் அறிவுள்ள எவரும் கூறார் என்பது அனைவருக்கும் தெரியும். சுயமரியாதைக்காரர்களான முற்போக்குக்கு வழிகோலிகளின் குற்றச்சாட்டு “கம்பன் கவியல்ல, என்பதல்ல.”

“கம்பன் ஆரியனைக் கடவுளாக்கினான், தமிழர்களை அவர்கள் தாள்பணியச் செய்தான். இதனால் தமிழகம் தன்மானம் இழந்துவிட்டது, வீரமரபில் தோன்றியவர்கள் வீழ்ச்சியுற்றனர்” என்பதேயாகும்.

மறுபடியும் வீழ்ச்சியுற்ற இனம் எழுச்சியுறவேண்டும், மனித முன்னேற்றத்திற்கு முட்டுக்கட்டைகளாய் இருப்பவைகளை தகர்த்து எறியவேண்டும். மனித வாழ்வின், முன்னேற்றத்திற்கு தேவையானவைகளைச் செய்தே தீரவேண்டும் என்ற எண்ணத்தால் நல்ல பல கருத்துக்களை திராவிடர் தலைவர் அறிஞர் சி. என். அண்ணாத்துரை அவர்கள் இந்த உரையாடல் மூலம் திராவிட மக்களுக்குத் தந்திருக்கின்றார். அதனை படித்து பார்த்து ஒவ்வொரு திராவிடனும் தன்னுணர்வு பெற்று, திராவிடர் நாடு திராவிடர்களுக்கே ஆக வேண்டும் என்ற எண்ணம் கொண்டு, எதிர்கால நல்ல உலகை சிருட்டிக்கும் சிறபிகளுள் ஒருவனாவான் என்பதில் சந்தேகமில்லை.

அரிய பெரிய திராவிட பொக்கிஷமாகிய இந்த நூலை, புதுவை ஞாயிறு பதிப்பகத்தார் மூன்றுமுறை வெளியிட்டுள்ளனர். நான்காம் முறையாக அவர்கள் சென்னை முரசொலி பதிப்பகத்தாருக்கு வெளியிடும் உரிமையை அளித்தனர். முரசொலி பதிப்பகத்தார் அதனை எங்களுக்கு அளித்தனர். இந்நூலை நாங்கள் வெளியிட உதவிய அனைவருக்கும் எங்கள் உள்ளம் கனிந்த நன்றியையும், வணக்கத்தையும் மகிழ்ச்சியுடன் தெரிவித்துக் கொள்ளுகிறோம்.

—கலைமன்றத்தினர்

தீ பரவட்டும்!

சொற்போர்: 1

(9—2—43 செவ்வாய்க்கிழமை மாலை 4—30 மணிக்குச் சென்னைச் சட்டக் கல்லூரி மண்டபத்தில் ஆரியச்சுவடிகளான கம்பராமாயணம், பெரிய புராணம் பற்றிய ஓர் உரையாடல் (டிபேட்) நடைபெற்றது. கூட்டத்திற்கு இந்துமத பரிபாலன நிலையத் தலைவர், தோழர். இராமச்சந்திரஞ் செட்டியார் பி. ஏ., பி. எல். அவர்கள் தலைமை வகித்தார். உரையாடலில், தோழர்கள் சி. என். அண்ணாத்துரை எம். ஏ., ஈழத்தடிகள் பி. ஏ., ஆர். பி. சேதுப்பிள்ளை பி. ஏ., பி. எல்., சீனிவாசன் ஆகியவர்கள் கலந்துகொண்டு தத்தம் கருத்துகளை எடுத்துக் கூறினார்கள்.)

கூட்ட நிகழ்ச்சி

கூட்டத்தைப்பற்றிய எவ்விதமான விளம்பரமும் செய்யப்படவில்லை என்றபோதிலும், மக்கள் திரளாக வந்து குழுமியிருந்தனர். தன்மதிப்பு இயக்கத் தோழர்கள் பல நூற்றுக் கணக்கானவர்களும், சட்டக்கல்லூரி மாணவர்களும், புலவர்களும், தாய்மார்கள் பலரும் மண்டபம் நிறையக் குழுமியிருந்தனர்.

சட்டக்கல்லூரித் தமிழ்க்கழக அமைச்சர் தோழர் வேணுகோபாலன், தலைவரைப் பிரேரேபிக்கையில், “பெரியோர்களே! தமிழருக்குச் செல்வம் போன்ற கம்பராமாயணம், பெரியபுராணம் ஆகிய நூற்களைக் கொளுத்தவேண்டும்; அல்லது அழிக்கவேண்டும் என்று பெரியார் ஈ. வே. இராமசாமி அவர்கள் கூறியது கேட்டுத் தமிழ் மக்கள் கோபம் கொள்வது இயற்கை. ஆனால்,

சுயமரியாதைக்காரர்களின் தீர்மானத்தைப் புறக்கணிப்பதும் கூடாது. ஆகவே, அதுபற்றி அவர்களின் கருத்தை அறிய, தோழர் அண்ணாத்துரை அவர்களை அழைத்துள்ளோம். அவர் இந்திரசித்துக்குச் சமம் என்று கூறுவேன். அவருரையை மறுத்துப்பேச, திருவாளர் சேதுப்பிள்ளை அவர்கள் இராமபிரான் போல் வந்திருக்கிறார்கள். இதற்கு நடுநிலைமையாளராக இருக்க, ஜனக மகாராஜனைப்போல உயர்திரு இராமச்சந்திரஞ் செட்டியார் அவர்கள் வந்திருக்கிறார்கள். விவாதம் மிக மேலான முறையினதாக இருக்கவேண்டுமென விழைகிறேன்'' என்று கூறினார்.

தலைமை தாங்கிய திரு. சி. எம். இராமச்சந்திரஞ் செட்டியார் (இந்துமத தர்மபரிபாலன போர்டு கமிஷனர்) அவர்கள், விவாதிக்கப்படும் இவ்விஷயம் மிக முக்கியமானது; விவாதிக்க வந்திருப்போரும் வல்லவர்கள். ஆகவே, விவாதம் மேலான நிலையிலேயே இருக்கும். நான் அவர்கள் பேசியபின்னர் ஏதேனும் கூறுவதே முறை. ஆதலால், முன்கூட்டி ஏதுங்கூறாது, முதலில் தோழர் அண்ணாத்துரையைப் பேசும்படி அழைக்கிறேன் என்றுரைத்தார்.

இராமாயணச் சொற்போர் வீரர்கள்

C. N. அண்ணாத்துரை M. A.

R. P. சேதுப்பிள்ளை B. A., B. L.

நாவலர் S. சோமசுந்தர பாரதியார் M. A., B. L.

ஈழத்து அடிகள் B. A.

தோழர் அண்ணாதுரை பேச்சு

தலைவரவர்களே, தாய்மார்களே, தோழர்களே! சட்டக்கல்லூரித் தமிழ்க் கழகத்தினர் இவ்விவாதத்தை அமைத்து என்னை அழைத்தமைக்கு, என் நன்றியறிதலைத் தெரிவித்துக் கொள்கிறேன். அமைச்சர் கூறிய வண்ணம் நான் இந்திரஜித்தன்; ஏதோ மாயாஸ்திரங்களை ஏவுவேன் என்று யாரும் கருதிவிடத் தேவையில்லை; இன்று நடைபெறப்போவது யுத்தகாண்டமுமல்ல! எனக்குப் பிறகு பேச இருக்கும் நண்பர் தோழர் சேதுப்பிள்ளை அவர்கள் புராணப் பண்டிதர்கட்கும் பகுத்தறிவாளருக்குமிடையே உள்ள பிளவை, தமது பெயருக்கேற்ப, அடைத்துச் சேதுபந்தனம் செய்தல் வேண்டும், அணைகோலல் வேண்டும் என்ற அவாவுடையேன்.

விவாதங்கள் என்றால், நான் வெகுண்டு விடுபவனல்ல; வரவேற்பவனே. அதிலும் கற்றுணர்ந்த நம் சேதுப்பிள்ளை அவர்களிடம், தமிழ்ப் பெரியாரும், சைவத் திருவினருமான தோழர் இராமச்சந்திரஞ் செட்டியார் அவர்களின் தலைமையில், நீதிமன்றங்களுக்கு நீதிமான்களையும், நீதியுரைப்போரையும் தயாரித்துத் தரும் சட்டக்கல்லூரி மன்றத்தில், விவாதம் நிகழ்த்துவது மிக்க சந்தோஷம். விவாதம் மிக மேலான முறையினதாக இருக்கும்.

இராமாயணம், பெரியபுராணம் முதலியவற்றைக் கண்டித்தால், அறிவிற்சிறந்தோர் கூடியுள்ள இங்கு, நாங்கள் கண்டிப்பது, அவைகளிலே புகுந்துள்ள பொய்ம்மைகள், ஆபாசங்கள் ஆகியவற்றையே என்பதை அறிவர். சாதாரண மக்கள் கொண்ட பொதுக்கூட்டத்திலோ, இராமாயணத்தைக் கண்டிக்கின்றனர் என்றால் உடனே ஆத்திரப்படுவர். வழக்கொன்றுண்டு, இராம கதை படிக்குமிடந்தோறும் அனுமன் வந்திருப்பான் என்று. இராமாயணக் கண்டனம் என்றதும், ஆர்ப்பரிக்கும் அனுமன் இங்கு இரான்.

ஆகையினால், விவாதம் மிக மேலான முறையிலேயே செல்லும் என்று கூறுகிறேன்.

கம்ப இராமாயணம், பெரிய புராணம் ஆகியவற்றைக் கொளுத்தவேண்டும் என்று எனது தலைவர் பெரியார் ஈ. வே. இராமசாமி கூறியது கண்டு, மக்களுக்குக் கோபம் வருவது இயற்கை என்று அமைச்சர் உரைத்தார். உண்மை. மக்கள் கோபிப்பர் என்பதை நாங்களறிவோம். நாங்கள் துவக்கிய எக்காரியத்துக்கும், நாங்கள் புகுத்திய எக்கருத்துக்கும் எதிர்ப்பு ஏற்பட்டு மக்கள் கோபித்துப், பின்னர் எம்முடன் சேர்ந்து எமது பாசறைகளுக்கு வந்துற்றனர் என்பதை, அவர் அறிய வேண்டுகிறேன்.

ஆனால், யாரையும் புண்படச் செய்யவேண்டுமென்பதற்காக, இக்காரியத்தை நாங்கள் துவக்கினோமில்லை.

கலையை அழிக்கின்றனர்; கம்பர் புகழை மறைக்கின்றனர் என்று கூறப்படும் பழிச்சொல்லை, நாங்களறிவோம். கலையிலே தேர்ந்து, அதிலே ஆழ்ந்த நம்பிக்கை கொண்டு கம்பனின் இராமாயணமும் சேக்கிழாரின் பெரியபுராணமும் கலை என்று கருதும் அன்பர்கள் ஒரு பெரியாரின் போரால், ஓர் அண்ணாத்துரையின் அனலால் அக்கலை அழிந்துபடும் என்று கருதுவரேல், அவ்வளவு சாமான்யமானது கலையாகாது, அத்தகைய கலை இருத்தலுமாகாது என்றுரைக்க ஆசைப்படுகிறேன். கலையைக் குலைக்கும் செயலல்ல எமது கலையிலே புரட்சி உண்டாக்க விழைகிறோம்—தக்க காரணங்களோடு.

கலை, ஓர் இனமக்களின் மனப்பண்பு; அவ்வின மக்களிடையே தோன்றும் தெளிவு, வீரம், ஆகியவற்றின் எடுத்துக்காட்டு. எனவே, கலை இனவளர்ச்சிக்கு ஏற்றபடி மாறியும், விரிந்தும் வருமென்பதே நுண்ணறிவினரின் துணிபு.

கலை உலகில், அவ்வப்போது மாறுதல் உண்டாகும். இனத்துக்கோர் கலையும், இடத்தின் இயல்பு, தட்பவெப்பம் ஆகியவற்றுக்கு ஏற்ற முறையிலும், கலை உண்டாகும், வளரும், மாறும்.

அரபு நாட்டுக் கலையிலே, தென்றலைப் பற்றிய கவிதைகள் அதிகமிருக்க முடியாது. எஸ்கிமோ நாட்டுக் கலையிலே, கதிரோனின் ஒளி பற்றிய கவிகள் அதிகமிராது. ஆப்பிரிக்கா நாட்டு ஜுலு வகுப்பினரின் கலையிலே அவர்களின் நாட்டியம் கவியிலே இருக்கும். அதுபோலவே ஆரியக் கலையிலே, கங்கையின் கவர்ச்சியும், கரையோரக் காட்சியும், சோலை மாட்சியும் என்பன போன்றவைகள் கவிதைகளாக, இலக்கியமாக இருக்கும்.

இந்தியா என்ற இந்த உபகண்டம், பல இனங்கள் வசிக்கும் இடம். ஆகவே, இங்குப் பல கலைகள் உண்டு, இனத்திற்கோர் கலை என்றுண்டு. எனினும், இருபெரும் கலைகள் இங்குள்ளன என்று அறிவாளிகள் கூறியுள்ளனர். ஆரியக் கலை ஒன்று, திராவிடக் கலை பிறிதொன்று. இடத்திற்கோர் கலை உண்டென்றும், இனத்திற்கோர் கலையுண்டென்றும் கூறினேன். அவை ஒன்றை ஒன்று தழுவாவிடினும், மோதிக் கொள்ளாமல் இருத்தலுண்டு, அவை தனித்தனி அமைப்புப் பெற்றுத் திகழ்வதால். இந்துக்கலை என்று கூறப்படுவதும், இஸ்லாமியக்கலை என்று கூறப்படுவதும் வேறு வேறு. எனினும் அவை ஒன்றை ஒன்று மோதிக் கொள்ளாதபடி தனித் தனிஅமைப்புக்களாகி விட்டன. ஆனால், ஆரியக் கலையும் திராவிடக் கலையும் அப்படிக்கன்றி, ஒன்றுக்கொன்று முரண்பட்டதரகவும், மோதிக் கொள்வதாகவும் இருத்தலை, அறிஞர் ஒப்புக்கொள்கின்றனர். இந்நிலையின் பயனாகத் திராவிடர் கலை மீதும், சமுதாயத்தின் மீதும், சட்டதிட்டங்கள் மீதும், ஆரியம் ஆதிக்கம் செலுத்தலாயிற்று. இக்கல்லூரியில் பன்னெடு நாட்களுக்கு முன்பு இருந்தவரும், சட்டநிபுணருமான மிஸ்டர் நெல்சன் என்பார், 'இந்து சட்டம்

என்பது, ஆரியர்களின் மனு, பராசர், யாக்குவல்கியர் ஆகியோரின் நூற்களின் அடிப்படைகளின் மீது அமைக்கப்பட்டிருப்பதாலும், தென்னாட்டு மக்களில், பார்ப்பனரல்லாத பெருங்குடி மக்கள் ஆரியரல்லாதார் ஆகையினாலும், அவர்கள் மீது இந்து சட்டத்தைத் திணிப்பது தவறு' என்று எடுத்துக் காட்டினார். அவரது பேச்சு, காட்டுக் கூச்சலாகி விட்டது. இந்து சட்டமே–ஆரிய நீதியே, இன்று நம்மை ஆள்கிறது. தமிழருக்குத் தேச வளமை போன்ற சட்டமோ, அல்லது குறள் நீதியோ இல்லை, ஆரியமே சட்டத்தை ஆள்கிறது! கலையிலே ஆரியத்தை ஆதிக்கம் செய்யவிட்டதனால், நாம் கண்ட பலன் இதுவென்றுரைக்க ஆசைப்படுகிறேன்.

எனவேதான், தமிழருக்குத் தமிழ் நெறி, தமிழ் முறை, ஒழுக்கம், வீரம், கற்பு, காதல் எனும் பண்புகளைத் தரக்கூடியன கலையாக இருத்தல் வேண்டுமேயொழிய, வேறோர் இனத்தைப் புகழ்வதும், அதற்கு ஆதிக்கமளித்துத் தமிழ் மக்கள் மனதிலே தன்னம்பிக்கையற்றுப் போகும்படி செய்வதும், தமது இனத்தைப்பற்றியே தாழ்வாகக் கருதிக்கொள்ளும்படியான நிலைமை உண்டாக்குவதுமான கதை, காவியம், இலக்கியமென்பவைகளைக் கொளுத்தவேண்டுமென்று நாங்கள் கூறுகிறோம். தமிழர் என்று நான் கூறும்போது, தமிழ்மொழி பேசுவோர் என்பவரை மட்டுமல்ல நான் குறிப்பது, தமிழ் இனத்தை என்பதை நினைவூட்கிறேன்.

கலை, இலக்கியம், கற்பனை நூல் ஆகியவற்றின் மீதெல்லாமா எங்களுக்கு விரோதம்? இல்லை. தொல்காப்பியத்தைத் தொட்டோமில்லை. நற்றிணையை, நல்ல குறுந்தொகையை, கற்றறிந்தோர் ஏத்துங் கலியை அகத்தைப் புறத்தை அழிக்கப் புறப்பட்டோமில்லை. ஆரியத்தை அழகுறப் புகுத்தித், தமிழரை அழிக்கும் நூற்களையே கண்டிக்கிறோம்.

தொல்காப்பியமே, அதற்குமுன் இருந்த புலவர்களின் பொன்னுரைகளின் பெட்டகம் எனில், 700 ஆண்டுகட்குமுன் தோன்றிய கம்ப இராமாயணம் பழம் பெரும் புலவர்களின் இலக்கியங்களின் கூட்டாகவே இருக்கும். பழைய மூல நூற்கள் இருக்கும்போது, இடையே ஆரியத்தைப் புகுத்தவந்த இராமாயணத்தை அழிப்பதனால் இலக்கியம் இறந்துபடுமா? கலை கெடுமா? என்று கேட்கிறேன். இவ்விரு நூற்களைக் கொளுத்துவதால் கலைபோகும் என்று கூறும் பண்டிதர்களை நான் கேட்கிறேன். இவை இரண்டொழியத் தமிழனிடம் இலக்கியமே இல்லையா? கலை கிடையாதா? என்று.

கலை விஷயமான கிளர்ச்சியை நாங்கள் எடுத்துக் கட்டிக்கொண்டு வர ஆசைகொள்ளவில்லை. முதலிலே ஆரியக்கலையின் சார்பாக ஜெர்மன் பேராசிரியர் மாக்ஸ் முல்லரும், திராவிடக் கலை சார்பாகச் சர். ஜான் மார்ஷலும் வாதிட்டனர். இந்தியக் கலை என்றாலே ஆரியக்கலை என்று நம்பிய காலமும், ஆரியதருமம், நாகரிகம் என்பது குறித்துத் திருவல்லிக்கேணியும் மயிலாப்பூரும் பூரித்த காலமும் உண்டு. நான் சிறுபிள்ளையில் படித்தது, ஆரியமத உபாக்கியானம் என்பதுதான். பிறகு, மனோன்மணிய ஆசிரியர் சுந்தரம் பிள்ளை அவர்களும், சைவத் திருவாளர் வி. பி. சுப்பிரமணிய முதலியாரும், திராவிட நாகரிக மேம்பாட்டை எடுத்துரைத்தனர். மறைமலை அடிகளாரும், இது குறித்துக் கூறினார். நாங்கள் கூறுவதைக் காட்டிலும் கடுமையாகவே, ஆரியமன்னன் மகன் இராமனைத் தெய்வமாக்கித், தமிழரைச் சிறு தெய்வ வழிபாடாற்றும் சிறுமதியினராக்கிற்று ஆரியம் என்று கூறினார். அரசியலில் வேறுபாடான கருத்தைக்கொண்ட பண்டித ஜவஹருங்கூட, ஆரிய திராவிடப் போராட்டக் கதையே, இராமாயணம் என்று உரைத்ததைக் கூறவிழைகிறேன்.

எனவே, ஆராய்ச்சியாளர்களின் முடிவு, இரமாயணம் ஆரியக் கதை என்பதும், ஆரிய திராவிடப் போராட்ட விவரம் என்பதுமாகும். அதனைக் கம்பர் எழுதியுள்ள முறை, தமிழர் ஆரியத்தை ஏற்றுக்கொள்ளும் தூண்டுகோலாகவும், தமிழ் இனம் ஆரிய இனத்தலைவனிடம் தோற்றுவிட்டது என்பதை ஒப்புக்கொள்ளச் செய்வதாகவுமிருப்பதனால், அந்நூலைப் படித்திடும் தமிழ் இனம், தன்னம்பிக்கை, தன்மானம் இழந்து கெடுகின்றது என்று கூறுகிறோம். தமிழ் இனம் புத்துயிர்பெற, இத்தகைய ஆரியக்கலையை அழிப்போம் என்றுரைக்கிறோம். இது, இன எழுச்சியின் விளைவு. முடியுமா? முடியாதா? என்பது கேள்விக்குரியதுமல்ல; இலட்சிய வாதிகளுக்கு அதைக் குறித்து யோசிக்க அவசியமும் இல்லை என்பேன். சீப்பை ஒளித்தால் திருமணம் நிற்குமா என்ற சிறுமொழிகளெல்லாம், பெருமதி படைத்த நமது சபையினரின் மனதில் உண்டாகாது என்று கருதுகிறேன். வெற்றி எமக்குக் கிடைக்குமா என்பது, உமது ஒத்துழைப்பைப் பொறுத்தது. நீங்கள் எதிர்ப்பதானால், உமது எதிர்ப்பைச் சமாளிக்கும் சக்தியை நாங்கள் பெறுவதைப்பொறுத்திருக்கிறது. எனவே எமது நோக்கம், கலையைக் கெடுத்தலுமல்ல; இலக்கியத்தை அழித்தலுமல்ல. கலைப்புரட்சி மூலம், இன எழுச்சி இனவிடுதலை கோருவதேயாகும். எனக்குப் பிறகு பேச இருக்கும் தோழர் சேதுப்பிள்ளை அவர்கள், கம்பரின் கவித்திறனை, காவியத்திலே வரும் அணியழகை, உவமை நயத்தை எடுத்துரைப்பார்கள். அவர் அங்ஙனம் கூறினதை, நான் பலமுறை கேட்டு மகிழ்ந்துள்ளேன். இன்றும் கேட்கும் அவாவுடையேன். செந்தமிழ்ச் செல்வியில் அவர் கம்பச் சித்திரங்கள் தீட்டியதை நான் அறிவேன். எனவே, அவர்க்கும் உமக்கும் ஒன்றுரைப்பேன். நாங்கள் கம்பனின் கவித்திறமையைக் குறித்து விவாதிக்கும் நோக்கமுடையவர்களல்ல. இச்சபையிலும், சீத்தலைச் சாத்தனாரும், ஒட்டக்கூத்தர், புகழேந்தி என்பார் போன்ற கவிகளும் கூடிக் கம்பன் கவியிலே, திறமை உளதா இல்லையா என ஆராய்வது போன்றும் நாம் கூடவில்லை.

திறமைவேறு, தன்மைவேறு, விளைவு வேறு. கம்பரின் கவித்திறமையைக் கண்டு நாங்கள் வியக்கிறோம். அந்தத் திறமை, ஆரியத்தை ஆதரிக்கும் தன்மையாயிற்றே என்பது கண்டு திகைக்கிறோம். அவரது கவிதையின் விளைவாகத் தமிழ் இனம் தாழ்ச்சியுற, ஆரியத்திடம் அடிமைப்படும் விளைவு நேரிட்டதைக் கண்டு நாங்கள் வேதனைப்படுகிறோம். நாங்கள் கண்டிப்பது கம்பனின் கவித்திறனையல்ல; அதன் தன்மையை, விளைவை என்பதை, அறிஞர்கள் தெரியவேண்டுகிறேன். கம்பர், இராமகாதை பாடியதன் நோக்கம் யாது? என்று கேட்கிறேன்.

பழந்தமிழ் நூலான சிலப்பதிகாரத்தை இயற்றிய இளங்கோவடிகள், தமது பாயிரத்தில், தாம் காதைபாடுவது எதற்கு என்பதைக் கூறும்போது, பத்தினியை உலகு புகழ்ந்தேத்தும், நீதி தவறிய அரசுகெடும், அவனவனின் செயலின் விளைவு அவனவனைத் தாக்கும் என்ற கருத்துக்களைக் கூறவே, நான் இப்பாட்டுடைச் செய்யுளை இயற்றினேன் என்று எழுதினார் தெளிவாக. ஆனால் கம்பரோ? தாம் இராமாயணம் எழுதியதற்கு நோக்கம் கூறாது, நொந்த மனங்கொண்டு வையகம் என்னை இகழுமோ? மாசுவந்து எய்துமோ? என்று கூறுகிறார். ஆண்டவனின் அவதாரம் என்று ஆரியராலும் கம்பராலும் போற்றப்படும் இராமகாதை பாடுவதற்குக் கம்பர் ஏன் இவ்வளவு சஞ்சலப்படுகிறார்? இதனால் உலகு பழிக்குமோ என்ற சந்தேகம் ஏன் கொண்டார்? என்று கேட்கிறேன். ஆரியக்காதையைப் பாடுவது அடாது என்பதையும், அதற்குப் பூச்சு வேலை செய்து வைப்பது தமிழருக்குத் தீங்காகும் என்பதையும் ஒருவாறு உணர்ந்தே, இங்ஙனம் உரைத்தாரோ என்று கேட்கிறேன்.

பள்ளி மாணவன், பரீட்சையில் கேள்விகளுக்கு விடை எழுதினால், வெளியே வந்தபின், எட்டுக் கேள்விகளில் ஐந்துக்கே விடையிறுத்தேன், அதிலே மூன்று நல்ல

முறையிலே எழுதினேன், இரண்டு ஒருவிதமாக எழுதினேன் என்று ஆயாசப்படுவதுபோல இல்லையா, கம்பரின் பாயிரம் என்று கேட்கிறேன். ஏன் வந்தது அவருக்கு அந்தச் சந்தேகம்? மேலும் அவர் கூறினார், தேவபாடையில் இதனை மூவர் செய்தனர். மூவரில் முதல்வரான வான்மீகரது நூலை நான் மூலமாகக் கொண்டேன் என்றுரைக்கிறார். ஆரியர் தமது மொழியாம் வடமொழியைத் தேவபாடை என்று கூறுவர்; தம்மையே பூதேவர் என்று கூறுவர்; அதனைக் கம்பர் கூறுமிடத்து, ஆரியரால் தேவபாடை என்று கூறப்படுவதான வடமொழி என்று எழுதாது, தேவபாடை என்று ஏற்றுக்கொண்டு எழுதுவது சரியாகுமா? அம்மொழியைத் தேவபாடை என்று ஏற்றுக்கொண்டால், அம்மொழியினரைத் தேவர் என்றும், தமிழரைத் தாழ்ந்தோரென்றும் கம்பர் ஒப்புக்கொண்டதோடு, தமிழரையும், ஒப்புக்கொள்ளச் செய்கிறார் என்று ஏற்படுகிறது, ஓர் இன எழுச்சிக்கு இது ஆக்கம் தருமா என்று கேட்கிறேன்.

கம்பர் திறமைபற்றித் தோழர் சேதுப்பிள்ளை கூறுவார் பிறகு. ஆனால், அவரும் பண்டிதர்களும் கம்பரை எந்தத் திறமைக்காகப் புகழ்கின்றனரோ, அதே திறமையே, தமிழர் கெட உதவி செய்தது என்பதே எமது குற்றச்சாட்டு. கதையிலே வரும் பாத்திரங்களின் மனப்பாங்கையும் செயலையும் விளக்குவதிலே, கம்பர் மிகச் சமர்த்தர் என்றுரைக்கின்றனர். அந்தச் சமர்த்துத்தான், குற்றங்குறைகள்கொண்ட ஆரியத் தலைவர்களைச் சற்பாத்திரர்களாக்கிக் காட்டித், தமிழரின் வணக்கத்துக்குரியோராக்கி விட்டது. எனவே தான், தமிழ் இனம், ஆரிய இனத் தலைவனைத் தேவனெனக் கொண்டது என்று நாங்கள் கூறுகிறேம்.

காடேக இராமன் கிளம்பும்போது உடன் வரப் புறப்பட்ட சீதையுடன் வாதிடுகையில், சீதை கூறும் மொழியின் தன்மையையும், இலக்குவன் கைகேயியை நிந்திக்கும் பகுதியையும், சீதையை இராவணன் எடுத்துச் சென்ற

விதத்தையும் வான்மீகி கூறியுள்ளபடியே கம்பர் எடுத்தெழுதியிருப்பின், அந்த ஆரியப் பாத்திரங்களிடம் ஆபாசக் குணங்கள் கிடந்ததைத் தமிழர் கண்டு, அவர்களைத் தெய்வங்களென்று போற்றும் கீழ்நிலைக்கு வந்திருக்கமாட்டார்கள். கம்பரோ தமது கவித்திறமையினால் ஆரிய இராமனைக் குற்றங் குறையற்ற சற்பாத்திரனாக்கிக்காட்டி, வழிபாட்டுக்குரிய தெய்வமாக்கிவிட்டார்.

இராவணன் மிக்க வல்லமைசாலி, திறமையுடையோன், வேதம் பயின்றோன், சிவபக்தன், இலங்கை சகல சுகமும் நிரம்பிய இடம் என்று வர்ணித்துவிட்டு, இவ்வளவு குணாளனும் திறமை சாலியுமான இராவணன், ஓர் ஆரிய மங்கையைக் கண்டு காமுற்றுக் கருத்தழிந்து, அறம்விட்டு அழிந்தான் என்று முடிப்பது திராவிட இனப்பெருமைக்கே ஊறு தேடுவதாகும், திராவிட இனமக்கள், நாம் எவ்வளவு ஆற்றல் படைத்திருப்பினும். கல்வி கேள்வி இருப்பினும், ஆரிய மங்கையரிடம் சபலப்பட்டுச் சஞ்சலத்துக்குள்ளாவோமோ? அழிந்து படுவோமா? என்ற சந்தேகத்தையும், மண்டோதரி எனும் பேரழகியின் நாயகனாகவும், தேவமாதரும் ஏவலராக இருக்கும் நிலைபெற்ற சுந்தரனுமாகிய இராவணனா சீதை எனும் ஆரிய மங்கையைக் கண்டதும் மையல் கொண்டான். இராவணனுக்கே அந்நிலை வந்ததென்றால், நாம் தப்பமுடியுமா என்ற திகைப்பும் ஏற்படுமன்றோ? ஆற்றல் மிக்க ஓர் திராவிடத் தலைவன், அறிவுமிக்க ஓர் அரசன், ஆரிய மங்கையைக் கண்டு காமுற்றுக் கருத்தழிந்தான் என்ற கதையைப் படிப்பது, திராவிடருக்கும் ஆபத்து; ஆரியருக்கும் ஆபத்து என்றுரைப்பேன்.

கவிநயத்தைக் காட்டி, இராமகாதையிலே, வீரம் செறிந்திருக்கிறது, தியாகம் ததும்புகிறது, நட்புக்கு உதாரணம் நன்றாகக் காண்கிறோம், கற்புக்கும் காதலுக்கும் சான்றுகள்

உள என்று கூறி, அவ்வின்பத்துக்காகக் கம்ப இராமாயணம் தேவை என்று பின்னர்ப் பேசுவோர் உரைப்பர்.

நான் கூறுகிறேன், காதலுக்கும் கற்புக்கும், இராம காதையிலுருக்கும் இன்ப நுணுக்கப் பொருள்களைவிட, மிகச் சிறப்புடைத்தான பொருள்கள் நமது அகப்பொருளில் உண்டு. எனவே, கம்பராமாயணமழியின், காதலுக்கும் கற்புக்கும் கவிதை இராதே என்று, பண்டிதர்கள் கவலைகொள்ளத் தேவையில்லை. நட்புக்குறித்துக் கூறுவரேல், இராமனுக்கும் படகோட்டிக் குகனுக்கும், கண்டதும் ஏற்பட்ட நட்பு எத்தகைய சிறப்புடையது என்று வியந்து கூறுவர். வால்மீகி நூற்படி, குகன் அயோத்தி எல்லையினன்; இராமனின் நண்பன் என்பது விளங்கும. கம்பன் மொழி பார்த்திடின், குகன் இராமனைக் கண்ட அன்றே நட்புக் கொண்டான் என்று கூறினார். நட்பின் சிறப்புச்சாற்ற, இராமனும் குகனுமாவது கண்டதும் நட்புக் கொண்டனர். கம்பச் சித்திரத்தின் மாண்பு அது என்றால், கோப்பெருஞ் சோழனெனும் அரசனும், பிசிராந்தையாரும் ஒருவரையொருவர் காணாமலே-ஒருவர் பற்றி ஒருவர் கேட்டே, மாறா நட்பினராக இருந்ததை விளக்கும் சங்கக்கவி நம்மிடமிருக்கும் மாண்பு பற்றிப் பண்டிதர்களுக்குக் கவனமூட்டி, நட்பின் பெருமையைக் கம்ப இராமாயணம் ஒழிந்தால் நாடு மறந்திடாது, முன்னாள் இலக்கியமுண்டு என்று கூறுகிறேன்.

தியாகத்தைக் குறித்துக் கூறுவர். இராமன் அரசுரிமை துறந்து காடேகினான். மரவுரி தரித்து மன்னன் மைந்தன், மாலின் அவதாரம் சென்றபோது, அத்தியாக மூர்த்தியின் முகம் அன்றலர்ந்த செந்தாமரை போலிருந்தது, தியாகத்தின் சிறப்பு இது. கம்பனின் கவித்திறம் இது என்றுரைப்பர். அரசு போவதறிந்த இராமனின் முகங்கோணியதை, வான்மீகர் கூறினார். கம்பர் மெழுகினார். கம்பர் மொழியைக் குறைகூறது அங்ஙனமே கொண்டு பார்ப்பினும், அந்தத் தியாகத்தைவிட அதியற்புதமான தியாகங்கள் உள்ளன

என்பதை மறக்கவேண்டாமென கூறுகிறேன். இராமனாவது தந்தை சொல்லால், சிற்றன்னையின் கொடுமையால் அரசு துறந்தான். இளங்கோவடிகளோ, தாமாகவே மனமுவந்து அரசு துறந்தார். இந்தத் தியாக நிகழ்ச்சியைத் தமிழனறிய, ஓர் ஆரிய இளவரசனுக்கு நேரிட்ட அவதியைக் காதையாக்கிக் காட்டவேண்டுமா? என்று கேட்கிறேன். நாம் காணாத அந்நிகழ்ச்சிகள் கிடக்கட்டும். நம் காலத்திலேயே, காதலுக்காக வேண்டித் தம் மணி முடியைத் துறந்த எட்வர்ட் அவர்களின் மாண்பு கண்டோமே!

காதல் கற்பு என்பன பற்றிக் கவனிப்போம்.

தனது இளமை, எழில், செல்வம், யாவற்றையும் பரத்தைக்கு ஈந்து, வறியனாகித் திரும்பிடும் கோவலனைக் கண்ணகி கண்டபோது, தனக்குற்ற இடரெல்லாம் மறந்து கோவலனிடம் கனிமொழி பேசிய அம்மாண்புடன், காட்டுக்கு வராதே என்றதும் இராமனை நோக்கிச் சீதை பேசும் மொழியுடன் ஒப்பிட்டுப் பார்த்து கற்பின் மாண்புக்குச் சிலம்பதிகாரமிருக்க, கம்பனின் ஆரியக்கதை வேண்டுமா என்று யோசிக்கும்படி வேண்டுகிறேன், கம்பனின் கவிதை, அதற்குப் பயன்படவில்லையே என்று கவலையுறுகிறேன்.

வீரம் செறிந்துளது கம்ப இராமாயணத்திலே என்பர் புலவர். தமிழ் நாட்டவருக்கு வீரத்தை உணர்த்த ஆரிய இராமகாதையன்றி வேறு வழி இல்லையா உண்மையில் என்று கேட்கிறேன்.

இராமனின் போரிலே வீரமிருந்ததென்று கூறினும், அது மனிதருக்குள் நடந்த போரல்ல; திருமாலின் அவதாரமாம் இராமன் மாயா அஸ்திரங்களின் வலிமை கொண்டு போரிட்டு வென்றான். இது வீரமாகாது. ஆண்டவனின் பிரபாவம் என்று கூறலாம். ஆண்டவனின் வீரத்தை வியந்துரைக்க வேண்டுமா?

தன் மனைவி சீதையை, இராவணன் எடுத்துக் சென்றான் என்று கேள்விப்பட்டதும், இராமன் வீரமாகச் செய்திருக்கவேண்டியது என்ன? எங்கே அந்த இராவணன் என்று முழக்கமிட்டு, இலங்கை சென்றிருக்க வேண்டும். இராவணனை எதிர்த்தொழித்திருத்தல் வேண்டும். அதுவே வீரம். யுக்தியுடன் காரியம் செய்ய வேண்டுமென்று கருதினால், உடனே அயோத்திக்கு இலக்குவனை அனுப்பி, தன் நாட்டுப் படைகளை இலங்கைமீது படையெடுக்க அழைத்திருக்கவேண்டும். இராமனின் பாதுகைக்குப் பட்டாபிஷேகம் செய்வித்த பரதன், படை அனுப்பாதிரான். அப்படி, அயோத்தியினின்றும் கிளம்பி இலங்கை சென்று போரிட்டால், ஆரிய வீரம் விளங்கியிருக்கும். அதையும் செய்யவில்லை ஆரிய இராமன். ஹிட்லருக்கு ருமேனியப்படை கிடைத்ததுபோல அண்ணன் தம்பி சண்டையில் புகுந்து வானர் சேனையைப் பெற்று, அதை இலங்காதிபதியின் மீது ஏவினான். இது இராஜதந்திரம் என்று கூறுங்கள், ஒப்புக்கொள்கிறேன். ஆரிய தர்மம் என்றுரையுங்கள், பொருத்தமாக இருக்கும். ஆனால், இதனை வீரமென்று கூறாதீர்கள், எவரும் ஒப்பார்.

சேரன் செங்குட்டுவன், கங்கை கரை வரை சென்று வெற்றிக்கொடி நாட்டியதை வீரமென்று கூறுங்கள், பொருத்தமாக இருக்கும். தமிழ் இனப் புகழினை மாநிலம் அறியும். அலைகடலை அடக்கும் மரக்கலம் செலுத்தி, இராஜேந்திரன் பர்மாவை வென்றதைக் கூறுங்கள், அது வீரச்செயல். கலிங்கத்தின் மீது படையெடுத்த மன்னன், ‘கலிங்கநாடு மலையரண் உடைத்து, வேழப் படையுடன் செல்க’ என்று தளபதிக்குப் பணித்ததுடன், தரைப்படை செல்லுகையில் ‘கப்பறப்படையும் செல்லட்டும்’ என்று பணித்ததையும் காணின், வீரம், போர்த்திறம், போர்முறையின் மாண்பு யாவும் விளங்கும். கலிங்கத்துப் பரணியிலே வீரமிருக்கிறதென்று கூறுங்கள், முறை. வேறு எந்தப்

பகுதிக்காக கம்ப இராமாயணம் இருந்தே தீரவேண்டும் என்றுரைக்கப் போகிறீர்கள் என்று கேட்கிறேன்.

கலை, கலை என்று பேசும் அன்பர்கள், இந்நாட்டு மக்களின் நிலையுணர்ந்தனரா என்று கேட்கிறேன். 100-க்கு 93-பேர் இங்கு பாமரர். ஓய்வும், ஆர்வமும், தெரிந்துகொள்ளக்கூடிய தன்மையும் கொண்ட என்போன்றவர்களிடமே தோழர் சேதுப்பிள்ளையைப் போன்றவர்கள் யாப்பு அணி என்பவைகள் பற்றிக் கூறிடுகையில், இவர்களால் இதைத் தெரிந்துகொள்ள முடியவில்லையே என்று அயர்வர். ஓய்வின்றி,பக்குவமின்றி, எழுத்தறிவேயின்றி உள்ள 93 பேர்களிடம், தோழச் சேதுப்பிள்ளை அவர்கள், கம்ப இராமாயணத்திலே உள்ள அணியழகு, உவமை உயர்வு கூறியா தெளியவைப்பார்? பொதுமக்கள் இராமாயணம் என்றதும், மண்ணுக்கும் விண்ணுக்குமாக ஓங்கி வளர்ந்த அனுமனின் அடிவீழவும், ஆரியரை வணங்கவும் அறிவரேயன்றி, யாப்பும் அணியும் தெரிந்து, இராமகாதை கற்பனை, அதிலே உள்ள கவித்திறனைக் கண்டுகளிப்பதே முறைமை என்ற எண்ணுகின்றனர்? நமது பண்டிதர்களாவது இன்றுவரை பொது மக்களிடம் சென்று, இத்தகைய புராண இதிகாசங்கள் புனைந்துரை கவிகளின் கற்பனை, மக்களுக்குச் சில நீதிகளைப் புகுத்தும் நூற்கள், ஒழுக்கத்துக்காகக் கருத்துக்கூறும் ஏடுகள், கோயில் கட்டிக் கும்பிட அல்ல என்று கூறினது உண்டா, கூறுவரா?

சன்யாட்சென் காலத்திலே, சீன மக்கள் பலப்பல, தெய்வ வணக்கம் செய்து கிடந்தனர். சன்யாட்சென் அந்நாட்டுப் படித்தோரை அழைத்து, கடவுள்களின் பட்டியலைக் காட்டிக் கேட்டாராம், மக்களுக்கு ஒரு முழு முதற்கடவுள் இருந்தால் போதுமல்லவா என்று. ஆமென்றனர் அறிஞர். அப்படியானால், இந்தப்பெயர் வரிசையிலே ஒன்று வைத்துக்கொண்டு, மற்றவற்றைச் சிகப்புக் கோடிட்டு விடுக என்று செப்பினாராம். பிறகு, ஒன்றே தேவன் என்றனர் மக்கள்.

இங்கோ, நமது சைவசமயத் தலைவர்கள், ஐம்பதாண்டுகளுக்கு மேலாகவே, சிறு தெய்வ வணக்கம் கூடாது; எமது சிவமொன்றே முழுமுதற் கடவுள் என்று கூறினர். பலன் என்ன? இன்றுவரை பெரியபாளையத்தம்மனுக்கு வேப்பஞ்சேலை கட்டும் வழக்கத்தைக்கூட ஒழித்தபாடில்லை!

எனவேதான், மக்களின் பொது அறிவு வளர்ந்த நாடுகளில், தெளிவுகொண்ட மக்கள் உள்ள தேயங்களில், இத்தகைய கற்பனைக் கதைகள் இருப்பினும் கவியழகை மட்டும் கண்டு, கருத்துரையிலே உள்ள ஆபாசத்தை, மூடத்தனத்தை நீக்குகின்றனர். கிரேக்க ரோமானியர்கள், இதிகாசகாலக் கடவுள்களாகக் கொண்டிருந்த வீனஸ், அபாலோ முதலியனவற்றை, ஏசுவிடம் விசுவாசம் வைத்ததும் விட்டொழித்தனர். பிரிட்டனிலே கிறிஸ்தவமார்க்கம் பரவியதும், பழங்காலத்திலே வணங்கிய, தார் ஒடின் எனும் தெய்வங்களை மறந்தனர். இங்கோ, அன்றுதொட்டு இன்றுவரை, ஆரியக்கற்பனையான சிறு தெய்வங்களிலே ஒன்றை நீக்கவும், மக்கள் தயாரில் இல்ல. இந்நிலைகண்டு, புலவர்கள் என்செய்தனர் என்று கேட்கின்றேன். ஆரியர், தம் இனவளத்துக்காக வேண்டிப் புனைந்து கொண்ட கற்பனைகளை எல்லாம், கடவுளெனக் கொண்டுள்ள மக்களின் மதியைத் திருத்த முன்வந்தனரா என்று கேட்கிறேன்.

இராவணன் சீதையை எடுத்துச்சென்றது, காமச்செயல் என்றல்லவோ இன்றும் கூறுகின்றனர். அக்காலப் போர் முறையிலே ஆநிரை கவர்தல், மாதரை எடுத்தல், கோட்டை தாக்குதல் என்பன முறைகள் ஆகையால், இராமனைப் போருக்கிழுக்க, தன் தங்கையை மானபங்கம் செய்த பின்னர்ப் போருக்கிழுக்க, அந்தச் சமயத்திலே இராமனிடம் எஞ்சியிருந்த விலை மதிக்கக்கூடிய பொருள் சீதை மட்டுமேயாகையால், சீதையை எடுத்துச்சென்றான் என்ற உண்மையை உரைக்கலாகாதா?

கலை என்ற பெயரால், எவ்வளவு இழிவுகளையும் ஓர் இனத்துக்கு உண்டாகுவது ஆகுமா? கலையிலே சுயமரியாதைக்காரர்கள் கைவைத்தால், மக்களின் ஒழுக்கம் மதத்தின் மாண்பு கெட்டுவிடும் என்று கூறுகின்றனர். சுயமரியாதைக்காரர்களை நாத்திகர்கள் என்று நிந்திக்கின்றனர். எங்களின் காலத்தையும் கிளர்ச்சியையும் கவனிக்கவேண்டாம். மெய்யன்பர்களும், பக்திமான்களும், தோடுடைய செவியனைப் பாடுவோரும் நிறைந்திருந்த தமிழகத்திலே, ஆலயங்களிலே உள்ள நிலைமை என்ன என்பதைப் பாருங்கள். சுயமரியாதைக்காரர்களாகிய எங்களின் வர்ணனையை நம்பவேண்டாம். கோயில்களின் நிலைமைபற்றிக் காந்தியார் கூறியுள்ள கடுமையான மொழியையும் கவனிக்கவேண்டும். சைவப்பெரியார் ஒருவர், ஆலய நிலைமை பற்றிக் கூறியுள்ளதைப் படிக்கிறேன் கேளுங்கள்.

“செடி கொடிகள் முளைத்த கோபுரங்கள், இடிந்த மதில்கள், முள் முளைத்த பிரகாரங்கள், குப்பைகள் நிறைந்த மண்டபங்கள், ஆடு மாடு மேய்ந்த தளவாடங்கள், பாசி படர்ந்த தடாகம், பொரிகடலை சிந்திய படிகள், இருண்டு வௌவால் புழுக்கை நிறைந்த மண்டபங்கள், தடுக்கி விழக்கூடிய நடைபாதை, எண்ணெய் சிந்திய படி அது தடவிய சுவர், மினுக்கு மினுக்கெனும் தீபம், புகை நிறைந்த உள், புகை தூசிவிழும் தளம், நாற்றம் வீசும் தீர்த்தத் தொட்டி, புழுக்கள் உறையும் ஆவுடையார், கரப்பான் உலாவும் திருமேனி, பெருச்சாளி பூனை வசிக்கும் கர்ப்பக்கிருகம், அழுக்கு அகலாமேனியும் பொடிமுதலிய லாகிரி நுகரும் திருமூக்கும் வாயும் கொண்டதிருமேனி தீண்டுவார் முதலிய அநேக புனிதங்களையும் காணாமல், ஆலயம் செல்லும் ஓர் அன்பன் தன் வீட்டிற்குத் திரும்பினால், அவன் பாக்கியமே பாக்கியம்.”

இது இன்று நமது கூட்டத்திற்குத் தலைமை வகித்துள்ளவர், மைலத்தில் ஆற்றிய சொற்பொழிவின் ஓர் பகுதி, சைவப்பெரியாரின் இவ்வர்ணனையைப் படித்துக் காட்டியதன் காரணம், கலையில் நாங்கள் கை வைப்பதால், மக்களின் ஒழுக்கமும் பண்பும் போய்விடும் என்று கூறுகிறார்களே, நாங்கள் ஏதும் செய்யாதிருக்கையிலேயே, மெய்யன்பர்கள் ஏன் இத்தகைய சீர்கேட்டை ஆலயங்களிலே புகுத்தினர் என்பதை யோசியுங்கள் என்று உங்களைக் கேட்டுக் கொள்வதற்கேயாகும்.

இனத்தைத் தாழ்த்தும் கருத்துரைகளை நாங்கள் கண்டிக்கவே, பெரிய புராணத்தையும் கண்டிக்கிறோம். அந்தப் புராணத்திலே வரும் அடியவர்களின் கதையினால் ஏற்படும் கடவுட் கருத்துரைகள், எவ்வளவு அறிவீனமானதாக இருக்கிறது என்பதைப் பாருங்கள். பக்திக்காக அடியவன் எதுவும் செய்வான் என்று அவன் பெருமையைக் கூறப் பெரியபுராணம் எழுதப்பட்டதென்றால், ஆண்டவன் இத்தனை கடுமையும் கொடுமையும நிரம்பிய சோதனைகளைச் செய்தார் என்று கூறுவது, கடவுள் இலக்கணத்துக்கே இழிவைத் தராதா என்று கேட்கிறேன். உலகிலே எந்நாட்டிலும் எந்தப் பக்திமானுக்கும் நேரிடாத சோதனை, இங்குமட்டும் நேரிடக் காரணம் என்ன? ஆண்டவனுக்குமா இந்நாட்டிடம் ஓர வஞ்சனை? மற்ற எங்கும் நேரிடாத நிகழ்ச்சி, துர்ப்பாக்கியமிகுந்த இந்காட்டில் மட்டுந்தானே நடந்திருக்கிறது. பிள்ளைக்கறி கேட்பதும், பெண்டை அனுப்பிவைக்கச் சொல்வதும், கண்ணைப் பறித்துக் கொடுக்கச் செய்வதுமான கடவுட் சோதனைகள், இங்குமட்டுமே உள்ளன. காரணம் என்ன? இவைகளைப் படித்து நம்பும் மக்களின் மனப்பான்மை எவ்வளவு கெடும் என்பதைக் கண்டே, நாங்கள் பெரியபுராணத்தைக் கண்டிக்கிறோம். இத்தகைய புராணங்களால் மக்களின் அறிவு பாழ்படுவதைக் கண்டே நாங்கள் அப்புராணங்களைக் கண்டிக்கிறோம். எனவே கலை இடம் இனம் காலம் என்பவற்றிற்கேற்ப உளது. ஆரியக் கலை வேறு, திராவிடக்

கலை வேறு. ஆரியக் கலை நம்பொணாக் கருத்துக்களும் ஆபாசமும் நிரம்பியிருப்பதுடன், திராவிட இனத்தை அடக்கவும், பண்பை அழிக்கவும் பயன்பட்டுப் பாமரரின் மனதைப் பாழாக்குகிறது என்ற குற்றச் சாட்டுகளைக் கூறிக் கம்ப ராமாயணத்தையும் பெரிய புராணத்தையும் கண்டிக்கிறோம்; கொளுத்துக என்று கூறுகிறோம். இவைகட்குச்சேதுப்பிள்ளை அவர்கள் சமாதானம் கூறியபின், எனது மறுப்புரை கூறும் சந்தர்ப்பம் கிடைக்குமென்று நம்புகிறேன். பண்டிதர்கள் எங்களைப் பற்றி தவறாக எண்ணி வருவது சரியல்ல. அவர்களுக்கு நாங்களே துணை. எமக்கு அவர்கள் அரண். நம்மிருவருக்குள் பகைமூட்டி, இராமன் மரத்தின் மறைவிலிருந்து வாலிமீது அம்பு எய்தது போலச் செய்ய, ஒரு கூட்டம் காத்துக்கொண்டிருக்கிறது என்பதைக் கவனமூட்ட விரும்புகிறேன். மக்களிடம் இத்தகைய புராணங்கள் கற்பனை என்பதை எடுத்துரைக்காது அவர்கள் மனப்பாங்கைக் கெடுப்பதன் பலனாக, மக்களின் நிலை கெட்டுவிட்டது. திருமூலர் வேறோர் விஷயத்துக்காகக் கூறினார், குருட்டினை நீக்குங் குருவினைக் கொள்ளாது, குருட்டுக் குருவைக்கொண்டு, குருடுங் குருடுங் குருட்டாட்டமாடிக் குருட்டில் வீழ்ந்தனர் என்றுரைத்தார். நமது மக்களின் நிலைமை அதுவாக இருப்பதை உணருங்கள் என்று பேசி முடித்தார்.

தோழர் சேதுப்பிள்ளை அவர்களின் மறுப்பு

தோழர் அண்ணாத்துரை அவர்களின் பொருளாழமும், சொற்சுவையும் பொருந்திய நீண்ட பிரசங்கத்தைக் கேட்டு இன்புற்றீர்கள். அவர் போன்ற பெரியார்களிடம், விவாதிப்பது மிக இன்பமானதாகும். ஆனால், அவர் மிக நீண்டநேரம் *1-30* மணி நேரத்துக்கு மேலாகப் பேசினார். தமது வாதம் வலிவற்றதானதால் பொய்யை மெய்போலாக்க இவ்வளவு நேரம் பேச வேண்டி நேரிட்டதோ என்று ஐயுறுகிறேன். நான் நீண்டநேரம் பேசுப்போவதில்லை. பத்து நிமிஷங்கள்

பேசவேன். உங்கள் பொறுமையைச் சோதிக்கும் எண்ணமுடையேனல்லேன்.

நண்பரவர்கள், பழந்தமிழ் நூற்களை எடுத்துக்கூறினார். கண்ணகியை என் மரபினர் என்று பெருமிதத்தோடு கூறினார். கோப்பெருஞ் சோழனுக்கும், பிசிராந்தையாருக்கும் இருந்த நட்புப்பற்றி நன்றாக உரைத்தார். அவருடைய நீண்ட வாதத்தை நான் மறுக்க முன் வந்துள்ளேன். இராமாயணம், ஆரியதிராவிடப் போராட்டக் கதை என்று வடநாட்டிலுள்ள ஒரு பண்டித ஜவஹரும், தென்னாட்டுச் சுந்தரம்பிள்ளையும், இடையே உள்ள வி. பி. சுப்பிரமணிய முதலியாரும் கூறினர் என்று கூறினார். நெற்றிக்கண்ணைக் காட்டினும் குற்றம் குற்றமே என்று கூறிய நக்கீரர் பரம்பரையல்லவா இவர்! நான் கூறுகிறேன், இது என் கருத்து என்று கூறினால் பொருந்தும். வடநாட்டு ஜவஹரின் ஆதாரத்தைக் காட்டுவானேன்?

இராவணன், திராவிடன் என்று அவர்கள் கூறினர்கள். திராவிடன் என்ற சொல், ஆன்றோர் கூறினதல்ல. திருஞானசம்பந்தரும், ஆரியன் கண்டாய் தமிழன் கண்டாய் என்றே கூறினார். திராவிடம் என்பதும், தமிழின் சிதைவு மொழியே என்பாருமுளர். இராவணன் திராவிடன்—தமிழன் என்பதை நான் மறுக்கிறேன். இராவணனுடைய குணங்களை, அவர்கள் நன்றாக எடுத்துரைத்தார்கள். இராவணன் திறமைசாலி, கல்விமான், சிவ பத்தன், ஆற்றல் மிக்கவன் என்று அவர்கள் சொன்னார்கள். இராவணனிடம், அவர் கூறிய அவ்வளவு குணங்களும் இருந்தன. ஆனால் ஒன்று இல்லை, அவன் அழிவுக்கு அதுவே காரணம் அது அவனிடமும் இல்லை; அவனாண்ட நாட்டிலும் இல்லை. இதனைக் கம்பர் அழகுறக்கூறுகிறார். இரக்கமென்ற ஒரு பொருளிலா அரக்கன் — என்றுரைத்தார். இராவணனிடம் எல்லாமிருந்தது. இரக்கம் ஒன்றுதான் இல்லை. அது ஒன்றுமட்டும் இருந்திருப்பின், அவனை அழித்திருக்கவே முடியாது. இரக்கமற்ற நெஞ்சினான இராவணனைத் தன் மரபு என்று கூறுகிறாரே இவர்! தமிழர் இரக்கமற்ற நெஞ்சினரா என்று கேட்கிறேன். இராவணன் சிவபக்தனாக இருந்தும், கைலை மலையைத்

தான் வழிபடும் சிவபெருமான் இருப்பிடமெனத் தெரிந்தும், மலையையே பெயர்த்தெடுத்தான் இவனா சிவபக்தன் ? பின்னர் வேதம் பாடினான், என்ன வேதம்? சாமவேதம் பாடிச் சிவபிரானிடம் யாவரையும் கொல்ல நீண்டவாளும் பெற்றான். இராவணன் தமிழனன்று; அவன் பேசியது ஆரியம், சீதையைத் தேடிச் சென்ற சொற்செல்வன் அனுமன், அசோகவனத்திலே சீதையைக் கண்டு, மரக்கிளையிலமர்ந்து யோசித்தான், எம்மொழியிற் பேசுவது என்று. ஆரிய மொழியிலே பேசினால், இராவணன் தெரிந்து கொள்வானே என்று கம்பர் கூறுகிறார். இராவணன் மாறுவேடம் எடுப்பவனாயிற்றே, அவனே குரங்கு போல் வந்தானோ என்று சீதை சந்தேகித்தால் என்ன செய்வது என்று எண்ணியே, அனுமன் வடமொழி பேசவில்லை என்றார் கம்பர். இராவணன் பேசியது ஆரிய மொழி. நண்பர் அண்ணாதுரை அவர்கள் கூறினாரே தேவபாடை என்று, அதுதான். மேலும், இராவணன், என்னமரபு என்பது குறித்துப் பார்க்குங்கால், அவன் புலஸ்தியன் மரபு என்றார் கவி. புலஸ்தியன் ஆரியன், ஆகவே, இராவணன் ஆரியனே! இராவணனைக் கொன்றதால் இராமனுக்குப் பிரம்மஹத்தி வந்ததென்றும், அதைப் போக்கவே இராமன் சிவலிங்க பூஜை செய்தானென்றும் தேவாரம் செப்புகின்றது. இராவணன் பிராமணனில்லை என்றால், பிரம்மஹத்தி எங்ஙனம் வரும்? ஆகவே, நான் நண்பரின் வாதத்தை மறுக்கிறேன்.

கம்பனின் காலம், தமிழ்நாடு சீர்குலைந்திருந்த காலம். எனவே அவர், மக்களுக்குப் பெருமையை உணர்த்த ஓர் நூல் இயற்றக் கருதினார். எல்லா மக்கட்கும் தெரிந்த ஓர் கதையை எடுத்து, அதிலே தமிழ் நாட்டுக் கலைச் செல்வத்தை அமைத்தார்.

கம்பரின் கவியால், சீதை நமக்கு ஓர் தமிழ் மங்கையாகவே தென்படுவது காண்போம். இராமன் வில்முறித்துச் சீதையை மணந்தான் என்கிறார் வான்மீகி. கம்பனோ தமிழருக்குக் காதல் மணத்தைக் கூறலே சிறப்புடைத்து என்று எண்ணினார்.

அவர்கள் கூறியது போல அகப் பொருள் தோன்றியநாடு தமிழ் நாடு. காதல், இன்றேல் சாதல் என்பதை நாட்டிய நாடு இது. எனவே, இராமனும் சீதையும், ஒருவரை ஒருவர் கண்டு காதலித்தனர் என்று கூறுகிறார். "அண்ணலும் நோக்கினான் அவளும் நோக்கினாள்" என்றார் கம்பர். கண்ணைக் கண் கௌவிற்று என்று கூறுகிறார். இங்கு நாம், தமிழ்நாட்டு மாண்பு காண்கிறோம்.

கண்ணகி குறித்து அவர்கள் சொன்னார்கள். சிலப்பதிகாரத்தின் செம்மையைச் சொன்னார்கள். பத்தினியின் பெருமையை உணர்ந்த கம்பர், கண்ணகிபற்றி இளங்கோ கூறிய கற்பின் மாட்சிமைகள் ததும்பச் சீதையைச் சித்தரிக்கிறார். கம்பரின் சித்திரத்திலே, கண்ணகி எனும் தமிழ்நாட்டுப் பத்தினியின் உருவைக் காண்கிறோம். எனவே, தமிழருக்குக் கம்ப இராமாமணம் செல்வம் போன்றதாகும். குற்றங்குறையுடைய ஆரிய பாத்திரங்களைக் கம்பர் தீட்டுகையில், பூசி மெழுகினார் என்று என் நண்பர் உரைத்தார். சிறியோர் செய்த சிறு பிழை பொறுத்தல் பெரியோர் கடன். கம்பரின் பெருந்தன்மையை அது காட்டுகிறது. இராவணனிடம் வீரமும் மானமும் இருந்தது, இரக்கமில்லை. எனவே, ஆணவத்தால் அழிந்தான். நீண்ட நேரம் பேச முடியாமைக்கு வருந்துகிறேன். மற்றோர் முறை இவ்விஷயமாக நண்பர் அழைப்பின், காஞ்சிவரம் சென்றே இது குறித்துப் பேசுகிறேன். இராவணனைத் திராவிடன் என்பதை நான் மறுக்கிறேன்.

தோழர் ஈழத்து அடிகள் பேச்சு

இங்கு உரையாடுவதற்காக எடுத்துக்கொண்ட பொருள்பற்றிச் சிறிது விரிவாகவும் விளக்கமாகவும் பேசவேண்டுமென்று எண்ணியிருந்தேன். ஆனால் தலைவர் அவர்கள், காலங் கடந்துவிட்டதால், 5 நிமிடங்களுக்குமேல் பேச்சை வளர்த்த வேண்டாமென்று கட்டளையிட்டுவிட்டார்கள். எனவே, இந்தச் சுருங்கிய கால எல்லைக்குள், இப்போது

எடுத்துக்கொண்ட பொருளை உங்கள் மனதில் பதியும்படி விளக்கமாகப் பேசமுடியாமற்போனதை, வருத்தத்துடன் தெரிவித்துக்கொள்ளுகிறேன்.

தோழர்களே! சுயமரியாதைக்காரர்களாகிய நாங்கள் இப்பொழுது எடுத்துக்கொண்ட இக்கிளர்ச்சியை, மிக விரைவில் அடக்கிவிட வேண்டுமென்ற ஒருகொதிப்புச் சில தமிழ்ப் புலவரிடம் தோன்றி இருக்கிறது. பல பத்திரிகைகள், இக்கிளர்ச்சியைப்பற்றிக் கண்டனங்கள் தீட்ட ஆரம்பித்துவிட்டன. பண்டிதமணிகள் பலரிடையே, பதைப்பும் பதட்டமும் தாண்டவமாடுவதைக் காண்கிறோம். இதற்குக் காரணம் என்ன? மனுஸ்மிருதியையும், இராமாயணத்தையும் ஒழிக்க வேண்டுமென்று, பல ஆண்டுகளாகவே சுயமரியாதைக்காரர்கள் கிளர்ச்சி செய்துவருகிறார்கள். இது நமது பண்டிதர்களுக்குத் தெரிந்ததுதானே! தெரிந்தும் இவ்வளவு காலமும் வாளா இருந்த புலவர் மணிகள், இக்கிளர்ச்சியை மிக விரைவில் அடக்கிவிட வேண்டுமென்று இப்போது முனைந்து நிற்பதற்கு காரணம் என்னவென்றால், மனுஸ்மிருதி இராமாயணம் ஆகியவற்றோடு உடன் வைத்து ஒழிக்கப்படவேண்டிய இன்னொன்றையும் இப்போது சேர்த்திருக்கிறோம். அதுதான், அவர்களால் உயிரென மதித்துக் காப்பாற்றபடும் பெரிய புராணம் என்னும் நூலாகும். கம்ப இராமாயணம் வைணவநூல், பெரிய புராணம் சைவநூல். கம்ப இராமாயணத்தின் மீது குற்றம் சாட்டப்பட்ட காலத்தில், சைவ புலவர்கள், அதனை வரவேற்றனர். ஆனால் சைவர்களின் நூலான பெரிய புராணத்தில் உள்ள குற்றங்களை எடுத்துக் காட்டத் தொடங்கியதும், அன்புக்கும் இரக்கத்துக்கும் அடிப்படையாக உள்ளது சைவம் ஒன்றுதான் என்று சொல்லிக்கொள்ளும் அந்தச் சைவப் பெருந்தகைப் புலவர் குழாங்கள், எம்மீது சீறிச் சினந்து சரந்தொடுக்க முற்பட்டுவிட்டனர். எனவே, இவர்களின் இச்சீற்றம், பொதுநலம் விரும்பாத போலிகளின் செயலோடொத்த ஓர் ஒழுங்கற்ற தன்னலக் கூச்சல் என்பது எடுத்துக் கூறாமலே

நீங்கள் அனைவரும் தெரிந்துகொள்ளக் கூடியதாகையால், இன்னும் விரிவாக இதைப்பற்றி உங்களுக்கு விளக்க வேண்டியதில்லை.

தோழர் சேதுப்பிள்ளை அவர்கள் கூறிய பொருந்தாக் கூற்றுக்களுக்கெல்லாம் தக்க விடையிறுக்க வேண்டிய பொறுப்பு தோழர் அண்ணாதுரை அவர்களுக்கே உரியதாகையால், நான் அவற்றிற்கெல்லாம் விடைகூற முற்படுவது முறையாகாது. எனக்களிக்கப் பட்டிருக்கும் கால எல்லையும் அதற்கு இடந்தராது, என்றாலும் ஒன்றுமட்டும் கூறி முடிக்கிறேன்.

தோழர் சேதுப்பிள்ளை அவர்கள், இராவணனை ஓர் ஆரியன் என்று இப்பொழுது குறிப்பிட்டார்கள். தோழர் சேதுப்பிள்ளை அவர்கள், சுமார் 20 ஆண்டுகளுக்கு மேலாகவே இராமாயண நூலை ஆராய்ச்சி செய்து பல சொற்பொழிவுகள் செய்து வருவதோடு, அதுபற்றிய பல கட்டுரைகளும் எழுதிவருவதை நான் நேரில் பார்த்தும் படித்துமிருக்கிறேன். ஆனால், இராவணனும் ஓர் ஆரியன்தான் என்ற தமது நுண்ணிய ஆராய்ச்சியை, இன்று இந்த மண்டபத்தில்பேச வருவதற்கு முன், ஒருபோதும் அவர் நிலைநாட்டியதாகத் தெரியவில்லை. அவர் மட்டுமல்ல, அவரொத்த எந்தத் தமிழ்ப் புலவரும் இந்தக் கருத்தை வெளியிட்டதும் கிடையாது.

எனவே, தோழர் சேதுப்பிள்ளை அவர்கள், இப்பொழுது திராவிட மன்னனான இராவணனை ஓர் ஆரியனாகக் கூறுவது, ஆராய்ச்சிக்கும் அறிவுக்கும் பொருந்தாக் கூற்றே என்பது எனது கருத்தாகும். என்றாலும், இராவணனும் ஓர் ஆரியன்தான் என்று சொல்லப்படும் இப்போதைய கூற்றுக்கும், தோழர் சேதுப்பிள்ளை அவர்களோ இன்னும் மற்றுமுள்ள புலவர் குழாங்களோ தக்க ஆதாரம் காட்டுவார்களானால் ஒரு தமிழ்ப் புலவனாகிய கம்பன், இரண்டு ஆரிய மன்னர்களின் கதையைப் பாடியது, திராவிட

மக்களை இன்னும் அதிகமாக இழிவு படுத்தியதாகும் என்று மேலும் கம்பனைக் காய்ந்து, அத்தகைய கலப்பற்ற ஆரிய கதைகளாகிய இராமாயணத்தை இவ்வளவு காலமும் கொளுத்தாமல் இருந்தது எங்களுடைய பெருந்தவறென்று கருதி, அதனை உடனே தீயிலிடும் வேலையைத் துரிதமாகச் செய்வோம் என்பதையும் தெரிவித்துக்கொள்கிறேன். ஆனால், நெறி முறைக்கு மாறுபடாத முறையில் நின்று அரசோச்சிய இராவணனுடைய நற்பண்புகளை, அறிவுடைய உலகம் ஒருபோதும் மறுக்காது. மறக்கவும் மாட்டாது என்பதனையும் ஈண்டு நினைவூட்டுகிறேன்.

பெரிய புராணத்தைப் பற்றித் தோழர் சேதுப்பிள்ளை அவர்கள் ஒன்றுமே பேசவில்லையாகையால், பெரிய புராணத்தின்மீது நாம் சாட்டும் குற்றங்களை அவர் ஒப்புக்கொண்டதாகவே முடிவு செய்யப்படும் என்றாலும், நாங்கள் இந்நூல்களுக்குக் கூறும் குற்றச்சாட்டுகள் தவறுதான் என்று எடுத்துக்காட்ட வழி இருந்தாலோ, அன்றி வகையிருந்தாலோ, அதற்கும் நாங்கள் தக்க விடையிறுக்கத் தயாராய் இருக்கிறோம். ஒரு திங்கள் அல்ல, இரண்டு மூன்று திங்கள் வேண்டுமானாலும் வாய்தா தருகிறோம். உங்களுடைய வழக்கை நாங்கள் பொறுமையோடு கேட்டு, அறிவுக்குப் பொருந்திய முறையில் விடையிறுத்து, அதன் பின்னரே, இந்நூல்களைக் கொளுத்துவோம். எனவே, உங்கள் வழக்குக்கு நீண்டநாள் வாய்தா போடாமல், விரைவில் ஆவன செய்யுங்கள், என்பதாகப் பேசி முடித்தார்.

அதன்பின்னர், சட்டக்கல்லூரி மாணவர்களில் ஒருவராகிய தோழர் சீனிவாசன் என்பவர், “ஆரியர்களுக்கும், திராவிடர்களுக்கும் முற்பட்ட காலத்திலிருந்தே இரத்தக் கலப்பு ஏற்பட்டுவிட்டதாகையால், இப்போது ஆரியர் திராவிடர் என்று பேசுவது முறையாகா” தென்று பேசவே, கூட்டத்தில் இருந்தவர்கள், அவர் பேசுவது ஆதாரமற்ற கூற்றென்று கூற, சிறிது கலவரமுண்டாயிற்று. உடனே தோழர்

சீனிவாசன் அவர்கள், தம்முடைய பேச்சை நிறுத்திக்கொண்டுவிட்டார்.

தோழர் அண்ணாத்துரை பதில் மறுப்பு

"தோழர்களே, தோழர் சேதுப்பிள்ளை அவர்கள் உடல் நலம் சரியில்லை என்று என்னிடம் கூறிவிட்டு, விடை பெற்றுக்கொண்டு போய்விட்டார்கள். எனவே, விரிவான பதில் கூறவில்லை. மேலும் அவர், நான் எடுத்துக்காட்டிய கலை இயல்பு, இன் இயல்பு, ஆரியக்கலையால் தமிழர் கெட்டது, முதலியவற்றுக்கு ஏதும் பதில் கூறாது, சிக்கலை அவிழ்க்க முடியாதபோது கயிற்றை அறுத்துவிடு என்பதுபோல், இராவணனை ஆரியன் என்றே கூறினார்கள். அது வாதமுமல்ல, ஆதாரமும் கிடையாது. அது அவர் மனத் துணிவுரை. வாதத்திலிருந்து நழுவவே, இங்ஙனம் செய்தார். பண்டித ஜவஹரின் ஆதாரத்தை நான் காட்டுவதா என்று கேட்டார். அதிலுள்ள அரசியல் நையாண்டியை நீங்களறிவீர்கள். பண்டித ஜவஹரின் அரசியல் கருத்துக்கு மாறுபாடுடையேன் நான். எனவே, அதைக் கூறுவதா என்று கேட்கிறார். பண்டித ஜவஹரைப் பிரியமாகக் கருதும் தோழர்கள் சிலர் இங்கிருப்பார்கள். அவர்களுக்கு அந்த ஆதாரம் திருப்தி தரும் என்பதற்கே, நான் அதை உரைத்தேன். மேலும், ஆதாரம் தேவையானால் பல உண்டு. தத், ரகோசினி, ஆபீடியூபாய் என்று எத்தனையோ கூறலாம். இராவணன் வடமொழி பேசினான், ஆகவே ஆரியன் என்றுரைப்பது பொருந்தாதது. ஆங்கிலம் பேசும் தமிழர், ஆங்கிலராகார். இன்றும் வடமொழியறிந்த தமிழர் உளர். அவர்கள் ஆரியராவாரா? சென்னை பச்சையப்பன் கல்லூரியிலே, சமஸ்கிருத பண்டிதராக உள்ளவர் ஓர் தமிழர். இராவணனும் வடமொழி தெரிந்த தமிழன், ஆரியனல்லன். தோழர் பிள்ளை அவர்கள், ஆரியன் குறைகளை நிறைவாக்கியது கம்பனின் பெருந்தன்மை என்றார். மாற்றுக் குறைந்த உலோகத்தைப் பொன் மெருகிட்டு ஏய்ப்பது சட்டப்படி குற்றமாகும்.

அதுபோலவே ஆரியக் கற்பனைகளைத் தமிழ்க்கலை எனும் நகாசு வேலை செய்தது, தமிழருக்குக் கம்பர் செய்த கேடு என்பேன். கண்ணகியின் மாண்பை, கம்பன் சீதையைத் தீட்டுவதிலே காண்கிறோம் என்கிறார். கண்ணகி குறித்த ஏடு இருக்க, இது ஏன்? என்று கேட்கிறேன். அவர் என் உரையிலே குறித்த பல விஷயங்களை மறுத்துரைக்காது, இராவணன் ஆரியன் என்ற ஆதாரமற்ற சொல்கூறி, வாதத்திலிருந்து தப்ப முயன்றது காண வருந்துகிறேன். மன்றத்தினர் இதனை உணரவேண்டுகிறேன்'' என்று பேசினார்.

தலைவர், சி. எம். இராமச்சந்திரஞ் செட்டியாரவர்கள், ''விவாதத்திலே இருவரும் அழகுறப் பேசினர். இனியும் பேசுவர் என்று நம்புகிறேன். எனவே, பிறகே என் கருத்தைக் கூற விரும்புகிறேன். இப்போது இது குறித்து ஒன்றும் கூறவில்லை. விவாதம் மிக மேலான முறையில் இருந்தது கண்டு மகிழ்ந்தேன்'' என்று பேசினார்.

அமைச்சரின் வந்தனங் கூறலுடன், கூட்டம் இனிது முடிந்தது.

சொற்போர்: 2

14—3—43 மாலை *6* மணிக்கு–சேலம் செவ்வாய்ப் பேட்டைத் தேவாங்க பாடசாலை மண்டபத்தில், கம்ப இராமாயணம், பெரியபுராணம் ஆகியவை ஒழிக்கப்பட வேண்டுமா, வேண்டாமா என்பது பற்றிய சொற்போர், பெரியதோர் கூட்டத்தினர் முன்னிலையில் நடைபெற்றது.

மேற்படி ஏடுகள் ஒழிக்கப்பட வேண்டும் என்று "திராவிடநாடு" ஆசிரியர், சி. என். அண்ணாத்துரை பேசினார், ஒழிக்க வேண்டாம் என்பது பற்றி பேராசிரியர், ச. சோமசுந்தர பாரதியார் சொற்பொழி வாற்றினார்.

சேலம் கல்லூரித் தலைமைப் பேராசிரியர், தோழர் ஏ. இராமசாமி அவர்கள் தலைமை வகித்தார்.

மேற்படி சொற்போர், எக்கட்சிக் கழகச்சார்பிலுமின்றி பொதுவான முறையிலே நடத்தப்பட்டதுடன், சொற்போரின் போக்கும் மிகக் கண்ணியமான முறையிலே இருந்தது.

தலைவர் முன்னுரை

தலைமை வகித்த தோழர் ஏ. இராமசாமி அவர்கள் பேசியதாவது:

தாய்மார்களே, நண்பர்களே! இன்று நமக்கெல்லாம் ஓர் அரிய விருந்து. கம்ப இராமாயணம், பெரியபுராணம் ஆகியவைகள் ஒழிக்கப்படவேண்டுமா, வேண்டாமா என்பதுபற்றி, இரு தமிழ்நாட்டுத் தலைவர்கள் சொற்பொழிவாற்றப் போகின்றனர். இரு தலைவர்களும், அறிவாளிகள்; பொதுமக்கட் பணியாற்றுபவர்கள். இவர்களை அறியாதார் அறியாதாரே! எனவே, இவ்விருவரின் சொற்போர்

சுவையுள்ளதாகவும், பயன் தருவதாகவும், மேலான முறையினதாகவும் இருக்கும். நீங்கள், காய்தல் உவத்தலின்றி, இருவரின் சொற்பொழிவுகளையும் கேட்கவேண்டுகிறேன். கடைசியில் நான், என் கருத்தைக் கூறுவேன். முதலிலே, தோழர் அண்ணாத்துரையைப் பேசும்படி நான் அழைக்கிறேன்.

தோழர் அண்ணாத்துரை பேச்சு

தலைவர் அவர்களே! தோழர்களே! இரண்டு தலைவர்கள் இன்று இங்கு வந்துள்ளனர் என்று, கூட்டத்தலைவர் கூறினார். வந்திருப்பது ஓர் தலைவரும், அவருடைய ஓர் தொண்டனுமேயாகும். நடைபெறப்போவதும் சொற்போர் என்று நான் கருதவில்லை; அவர் தூவிய உணர்ச்சி எனும் வித்தால் விளைந்த கருத்தை, அவரிடம் காட்டுவதே இன்று நடைபெறப் போகும் நிகழ்ச்சியாகும்.

சேலத்திலே இந்த நிகழ்ச்சி நடைபெறப்போகிறது; நீ வரவேண்டும் என்று எனக்கு அன்பழைப்பு வந்த போது, பத்திரிகைகளிலே நான் இரண்டு செய்திகள் கண்டேன். ஒன்று, சின்னாட்களில் சேலத்தில் இலக்கியப் பாதுகாப்பு மாநாடொன்று நடத்தப்போவதாக ஓர் அறிக்கையும், நாங்கள் புராண ஒழிப்புக்கிளர்ச்சி செய்வது "பாபம்" என்று ஓர் எச்சரிக்கையுங் கண்டேன். எமது செயலைப், பாரதியார் பாபம் என்று கருதமாட்டார் என்பது எனக்குத் தெரியும். பாவம், புண்ணியம் என்பவைகளுக்கு அவர் கொண்டுள்ள கருத்தை, நானறிவேன். மற்றோர் செய்தி என்னெனில், மின்சார வாய்வேகம் படைத்த ஓர் அமெரிக்கத் தூதர் பிரிட்டனிலே பேசுகையில், அமெரிக்கா ரஷியாவுக்கு அனுப்பிய உதவிகளைப் பற்றி, ரஷியாவாய் திறக்கவேயில்லை என்று புகார் செய்தார். நேசநாடுகளிடையே பேதமூட்ட வேண்டுமென்ற சூதெண்ணங்கொண்ட அச்சுப் பிரசாரகர்களுக்கு, இது ஓர் சந்தர்ப்பமாகி விட்டது.

அதுபோல், பாரதியாருக்கும் சுயமரியாதைக்காரர்களுக்கும் பேதமூட்ட, ஆரிய அச்சு, இச்சொற்போரைப் பயன்படுத்திக்கொள்ளுமோ என்று அஞ்சினேன். ஆனால் அதே பத்திரிகையில், மாஸ்கோ ரேடியோ ரஷியா அமெரிக்காவிடமிருந்து பெற்ற உதவிகளின் அட்டவணையைத் தெரிவித்து, அச்சுப் பிரசாரத்தின் முயற்சியை முறியடித்த செய்தியைக்கண்டேன். அதுபோன்றே இன்று, தலைவர் பாரதியாரால், தமிழரும் தமிழ்நாடும் தன்னுணர்வாளரும் பெற்ற உதவி, ஆக்கம் எழுச்சிகளை நான் மறக்கவில்லை என்பதைக் கூறுவதுடன், எமக்குள் பேதமூட்ட ஆரியர் முனைந்தால் ஏமாறுவர்: என்பதையும் எடுத்துரைப்பதுடன், எம்மைப் பிரிக்க முடியாதென்றும் உறுதியாகக் கூறுகிறேன்.

கட்டாய இந்தியை எதிர்த்துப் போராடிய காலத்திலே, நெறித்த புருவமும், கொதித்த இரத்தமும், முடித்த நெஞ்சும், முறுக்கேறிய மீசையும் இன்று ஆரியத்துக்குத் துணைபோகாது என்பதை நானறிவேன். ஆகையால், இன்று நடைபெறும் சொற்போர் என்பது, மேலான முறையிலே மட்டுமட்டுமல்ல; நேச முறையிலேயே நடைபெறும்.

கம்ப இராமாயணம், பெரிய புராணம் ஆகியவைகள் ஒழிக்கப்படவேண்டும் என்று, சுயமரியாதைக்காரராகிய நாங்கள் சொல்லிவருகிறோம், தக்க காரணங்களைக் காட்டி. மேற்படி நூற்கள் கற்பனைக் கதைகள், ஆரிய மார்க்கத்தைப் புகுத்தும் கருவிகள், ஆரியர்களை மேன்மைப் படுத்தவும், தமிழரை இழிவுபடுத்தவும், அடிமைப் படுத்தவும் அவை பயன்படுகின்றன; எனவே, தமிழரின் நெறி, வாழ்வு, தன்னரசு ஆகியவற்றிலே அக்கரை கொண்ட நாம், இந்நூல்களால் தமிழரின் வாழ்வும் நெறியும் அரசும் மானமும் கெடுவதால், அவைகளை ஒழிப்போம், தீயிலிடுவோம் என்று கூறுகிறோம். கூடாது என்று கூறப் பாரதியார் வந்திருக்கிறார். ஆனால்

இத்தகைய உணர்ச்சியை நாங்கள் பெற்றதே, அவர் போன்றோரின் அறிவுரைகளைக் கேட்டதனால்தான்.

தமிழர், தனி இனத்தவர், பன்னெடுங்காலம் பண்புடன் வாழ்ந்து, பாரோர் புகழ வாழ்ந்து, கலைச்செல்வங்களைக் கண்டவர். இந்தியா எனும் உபகண்டத்திலே பல இனங்கள், தம்தம் கலைகளுடன் உள்ளன. தமிழ் இனத்துக்குத் தனிக்கலை ஒன்று உண்டு. வெவ்வேறாகவும், தனித்தனியாகவும், தனிப்பண்புகளுடனும் விளங்கி வந்த ஆரிய திராவிடக் கலைகள் கலக்கநேரிட்டது, ஓர் பெரும் கேடாக முடிந்தது. அத்தகைய கலப்பு நூற்களே கம்ப இராமாயணமும் பெரிய புராணமும். தமிழனுக்குத் தனிக்கலை உண்டென்றேன். சங்கநூற்கள், அக்கலைச் செல்வத்தைக் காட்டுகின்றன. தனியான கலையுடன் தனியான வாழ்வும், தனியரசும் பெற்று வாழ்ந்த தமிழர், பின்னர்த் தாழ்ச்சியுற்றுத் தன்மானம் இழந்து தன்னரசு இழந்ததற்குக் காரணம், கம்ப இராமாயணம், பெரிய புராணம் போன்ற ஆரியக் கற்பனைகளை உள்ளடக்கிய கலப்புக்கலையைத் தம் தலைமேற்கொண்டதனால்தான் என்று, நாங்கள் உறுதியாக நம்புகிறோம். இராமாயணம் என்பதே ஆரிய திராவிடக் கலைப் போராட்டம் என்று பல்வேறு அறிஞர்கள் கூறியிருப்பதையும், ஆதாரங்கள் காட்டுவதையும் நீங்கள் அறிவீர்கள். எனவே, தமிழரின் தனிச்சிறப்புக்களைக் கெடுத்த நூற்கள் ஒழிக்கப்பட்டு, தமிழன் தனி இனம், தனிப் பண்பு படைத்தவன், தனிக்கலையுடையவன், தனி அரசு கேட்பவன் என்பதை வலியுறுத்திப் பெறவேண்டும். தமிழன் இழந்துவிட்ட தன் மானத்தையும் தன்னரசையும் மீண்டும் பெற, இதுவே தக்க வழி. இரண்டாண்டுக் காலத்திலே, இஸ்லாமியர், தனிநாடு, கேட்கும் கிளர்ச்சியைப் பலப்படுத்திவிட்டனர். தமிழரின் முயற்சியோ—சீர்திருத்தக் கிளர்ச்சியோ, பயன்தரக் காணோம் சுயமரியாதைக்காரரின் சீர்திருத்த முயற்சிகளை, ஆரியம் கெடுத்துக் குலைத்து வருகிறது. இஸ்லாமியர் இரண்டாண்டிலே இவ்வளவு வலிமை பெற்றுத் தனி அரசு கேட்பதன் காரணம், அவர்கள்

ஏற்கனவே, தனிக்கலை தனிநெறி கொண்டு, இந்துக்கள் என்பவரின் நெறி, கலை ஆகியவை வேறு, தமதல்ல என்பதைத் தெரிந்து வாழ்ந்து வருவதனால்தான். தமிழரோ ஆரிய மார்க்கத்தையும் கலையையும் தமதெனக் கருதிக்கொண்டு, ஆரியக் கற்பனைகளைத் தமிழ்க் கலையிலே கலக்கிக்கொண்டதினாலேயே, இன்று, தமிழர் என்ற தனிஉரிமைக்கோ, தன்மானத்துக்கோ, தன்னரசுக்கோ போரிட முடியாத நிலைபெற்றனர். எனவே, தமிழரும், இஸ்லாமியர் போலவே தங்களின் தனிக்கலையைப் போற்றிப் பிற இனக்கலையை ஒழித்து வாழ்ந்தால்தான், சுயமரியாதையுடன் வாழ முடியும். ஆகவேதான், கம்ப இராமாயணம் பெரிய புராணமாகிய ஆரிய நெறி கூறும் ஏடுகள், பொசுக்கப்பட வேண்டும் என்று கூறுகிறோம்.

கம்ப இராமாயணத்திலே, எந்தச் சருக்கத்திலே, எத்தனையாவது பாடலிலே தமிழர் இழிவுபடுத்தப்பட்டு, ஆரியர் உயர்த்தப்பட்டு எழுதப்பட்டிருக்கிறது? படித்துக் காட்டுங்கள் கேட்போம் என்று பண்டிதர்கள் கேட்கின்றனர், கம்ப இராமாயணத்திலே, இன்ன பாட்டினால் தமிழன் இழிவுபடுத்தப்படுகிறான்; ஆரியன் உயர்த்தப்படுகிறான் என்று நாங்கள் சொன்னதுமில்லை; அது அவசியமுமில்லை. அந்த ஆராய்ச்சியிலல்ல நாங்கள் ஈடுபட்டிருப்பது. கம்ப இராமாயணத்தின் கருத்தினால், அதைக் கற்று மக்கள் வாழ்க்கையிலே அமைத்துக்கொள்ளும் கொள்கைகளால், ஆரியம் உயரவும் தமிழர் தாழவும்,ஆரியர் ஆதிக்கம் செலுத்தவும், தமிழர் அடிமையாகவுமான விளைவு நேரிட்டது என்பதே நாங்கள் கூறுவது. அத்தன்மையான விளைவைத்தரும் ஏடுகள், இனி வேண்டாம் தமிழருக்கு என்று கூறுகிறோம். கலப்பற்ற தனித் தமிழ்க் கலையுடைய தமிழருக்கு கற்பனையும் ஆரிய நெறியும் நெளியும் கலை எதற்காக இருக்கவேண்டுமென்று கேட்கிறோம். ஆகவே, பாடலைப்பாடிப் பதம்பிரி, பொருள் உரை என்று கேட்பது முறையாகாது. மேற்படி நூல்களை மக்கள் அறிந்தால், அவர்கள்கொண்ட கருத்து என்ன? அதன் விளைவு என்ன?

அதன் பயனாக இன்று தமிழன் அடைந்துள்ள நிலை என்ன என்பதே, எமது கேள்வி. நூற்றுக்கு 90 பேர் தற்குறிகளாக உள்ள நாட்டிலே, பிற இனத்தின் உயர்வுக்கும் ஆதிக்கத்துக்கும் பயன்படும் ஏடுகள் மனதில் பதியும்படி செய்வது முறையாகுமா? அங்ஙனம் பிற இனத்தின் கலையிலே ஊறும் மனம், இன எழுச்சிபெற முடியுமா? இனமானம் கோரவோ, தனியரசு பெறவோ முடியுமா என்பதை யோசிக்க வேண்டுகிறேன். ஆகவே, தமிழனின் தன் மானத்துக்காகவும் தன்னரசுக்காகவும் போராடும் சுயமரியாதைக்காரர்கள், அந்த முயற்சிக்குக் குறுக்கே நிற்கும் ஏடுகளைக் கொளுத்துவோம் என்றுரைக்கின்றனர்.

இராமாயணம் வைணவருக்கு மேலான நூல். பெரிய புராணம் சிவனடியார்களின் பக்தியை விளக்கிடும் நூல். சைவம், வைணவம் எனும் இரு மார்க்கங்களையும் பின்பற்றும் தமிழ் மக்கள், முறையே பெரியபுராணம், கம்ப இராமாயணமாகிய இரு நூற்களையும், தமது மார்க்க நூற்களாகக் கொள்கின்றனர். வைணவம், சைவம் எனும் இரண்டும், இந்து மார்க்கத்தின் கிளைகள். தமிழர் இந்துக்களல்லர். தமிழருக்குத் தனி நெறி உண்டு. என்றாலும், இவ்விரு மார்க்கங்களையும் தழுவிக்கொண்டு, தமிழர் தம்மை இந்துக்கள் என்று கருதி வருகின்றனர். நெறியைவிட்டு, ஆரிய நெறியாகிய இந்து மார்க்கத்தைக் கொண்டு, தம்மை இந்துக்கள் என்று கருதிக்கொள்வதால், தமிழர், தாங்கள் தனி இனம் என்பதை மறந்து, இந்துக்களில் ஓர் பகுதி என்று எண்ணி, தன் மானத்தையும் தன்னரசையும் இழந்தனர். இதற்குக் கம்ப ராமாயணமும் பெரியபுராணமும் பயன்படுகின்றன. எனவே, அவைகளைக் கொளுத்திக் காட்டி, 'தமிழரே, இவை இந்துக்களுக்கு மார்க்க நூற்கள், தமிழருக்கல்ல, தமிழருக்குத் தனி நெறியும் தனிக் கலையும் உண்டு' என்று இன எழுச்சியை உண்டாக்கித் தமிழருக்குத் தனியரசு கிடைக்கச் செய்யவேண்டுமென்பது எமது திட்டம். தமிழர்களுக்கு, ஆரிய மார்க்கமாகிய இந்து மதத்தின் இரு கிளை நூற்களான கம்ப இராமாயணமும், பெரியபுராணமும், கூடாது என்று

கூறுகிறோம். அவைகளிலே ஆபாசங்களும், ஆரியக் கற்பனைகளும் உள்ளன. ஆரிய மார்க்கத்தைப் பரப்ப உதவுகின்றன. தமிழருக்கு ஆரிய மார்க்கம் தீங்கே தரும். ஆகவே, தமிழர் எழுச்சி பெற, ஆரியத்தை ஒழிக்கவேண்டும், அதற்காகவே, ஆரியத்தை வளர்க்கும் மேற்படி நூல்களைக் கொளுத்தவேண்டும் என்று கூறுகிறோம்.

கம்ப இராமாயணம், இராமகாதை. இராமன், பத்து அவதாரங்களிலே ஒருவன். தசாவதாரம், மகா விஷ்ணுவின் லீலை. வைணவ மார்க்கம். இராமன் தெய்வமாக வணங்கப்பட்டு, வைணவத்தை தமிழர் தமது என்று கொண்டதற்குத் துணைசெய்த நூல், கம்ப இராமாயணம், இராமனைத் தேவனாகத் தமிழர் பூசிக்கவும், தசாவதாரங்களில் ஒன்றெனக் கொண்டு தொழவும், கம்ப ராமாயணம் உதவுகிறது. தமிழர்கள் கம்ப இராமாயணத்தைப் பாராயணம் செய்து, ஆரிய மார்க்கம் கூறும் தசாவதாரத்தை நம்பி, அதில் ஒன்றாகிய இராமனைத் தொழுது, ஆரியத்திற்கு அடிமைப்படுகின்றனர். தமிழனின் தனியான நெறியிலே, அவதாரங்கள் எடுக்கும் ஆண்டவன் கிடையாது. இன்று தமிழன் அவதாரங்கள் லீலைகள் என்பவைகளிலே நம்பிக்கை வைத்து, அதற்கேற்ற நடவடிக்கைகளில் ஈடுபடக் காரணம், இராமாவதார லீலை கூறும் கம்ப இராமாயணத்தைப் போற்றிப் படித்துவருவதால்தான். தமிழன் தன் சொந்த நெறிக்கு—பகுத்தறிவுத் துறைக்குச் செல்லவேண்டுமானால், ஆரியத்தைப் புகுத்தும் இராமகாதையை ஒழிக்கவேண்டும். எனவே, கம்பராமாயணத்தைக் கொளுத்தட்டும் என்று கூறுகிறோம். பெரியபுராணமும், ஆரிய முறையான வர்ணாஸ்ரமத்தைத் தமிழர் அப்படியே கொண்டு ஒழுகச் செய்கிறது. பிள்ளையைக் கறியாக்கிய சிறுத்தொண்டரும், மனையை அனுப்பிவைத்த இயற்பகையும், பகுத்தறிவைப் பாழ்செய்வது தெரிந்ததே. சிலர் பெரியபுராணத்திலே சமரசம் காணலாம் என்று கூறுகின்றனர். ஆவுரித்துத் தின்றுழலும் புலையனேனும் சிவனடியாராக இருந்தால் மோட்சம் பெறுவர் என்று, சிவனடியார் கதைகள் கூறுகின்றன என்று

சொல்லிப் பெரியபுராணத்திலே இவ்வித அடியார்களின் வரலாற்றைக் கூறுவதனால், அது சமரசம் போதிக்கிறது என்று பேசுகின்றனர். புலையனேனும்—என்பதிலே உள்ள "உம்" எதைக் காட்டுகிறது என்று கேட்கிறேன். ஜாதி முறைகள் போகவேண்டும் என்ற சீர்திருத்தப் போதனையல்ல பெரியபுராணம். ஜாதியிலே உயர்வு தாழ்வு உண்டு, தாழ்ந்த குலத்திலே ஒருவன் பிறந்தாலும், பக்தி செய்தால் முக்தி பெறலாம், மேன்மையுறலாம் என்பதே பெரிய புராணத்தின் படிப்பினை. ஜாதிகள் ஒழிக்கப்பட்டு மக்கள் சமமாக வாழவேண்டும் என்ற கிளர்ச்சிக்கு, சாதியில் இழிந்தவனாக இருப்பினும் பக்தியால் உயரலாம் என்று போதிப்பது, என்ன பலன்தர முடியும்? சாதிமுறை மட்டுமல்ல, குலத்திற்கோர் தொழில் என்றுள்ள வர்ணாஸ்ரமம் பெரிய புராணத்திலே, அப்படியே காணப்படுகிறது. வைசியர் வியாபாரம் செய்கிறார், வேளாளர் உழுகிறார், குயவர் மண்பாண்டம் செய்கிறார், வெளுப்போன் ஆடை வெளுத்துக்கொண்டுதான் இருக்கிறான். ஆதிதிராவிடன் ஆண்டையிடம் அடிமை வேலை செய்துகொண்டுதான் வருகிறான்; வார்த்தாத் திட்டம்போல், குலத்திற்கோர் தொழில் என்ற வர்ணாஸ்ரம முறை, ஆரிய ஏற்பாடு அப்படியே பெரிய புராணத்திலே இருக்கக் காண்கிறோம். திருநீலகண்டர் வீட்டிலே மட்பாண்டங்கள்தான் உள்ளன. துணி துவைப்போன், பக்தனாக இருக்கிறான்; ஆனால் துணி துவைக்கும் குலத்தொழில்தான் செய்கிறான். எனவே பெரிய புராணம் படித்தவர், சாதிகள் பல இருப்பின் இருக்கட்டும். குலத்திற்கோர் தொழில் இருப்பின் அக்குலத்தொழிலே செய்வோம். ஆனால் பக்தி செய்தால் எந்தக் குலமாக இருப்பினும் மேன்மையடையலாம் என்று நினைக்க முடியுமே தவிர, சாதி பேதம் ஒழியவேண்டும், வர்ணாஸ்ரமம் போகவேண்டும் என்ற பாடத்தை, உணர்ச்சியை பெரிய புராணத்தைப் படித்துப் பெற முடியாது. இன்று நமக்கு வேண்டியது, சமத்துவ உணர்ச்சி; ஆரியத்தால் கெடும் நிலையை மாற்றும் துணிவு. இதற்குப் பெரிய புராணம் பயன்படாததுடன், சாதி இழிவுகளையும், ஆரிய

முறைகளையும் பக்தியின் பெயரால் நிலைத்திருக்கச் செய்கிறது. நந்தனார் உழுது அடிமை வேலை செய்துதான் வாழ்ந்தார். தீயிலிடப்பட்டு, பிராமண வடிவு பெற்றுச் சிவசோதியில் கலந்தார் என்றுதான் சைவர்கள் கூறுவர். நந்தன் ஆதிதிராவிடனாகப் பிறந்ததால் அடிமை வேலையே செய்தான். அதுவே முறை. அதை ஆண்டவன் மாற்றவில்லை என்பதே, அத்தகைய வரலாறுகள் புகட்டும் பாடம். இது தமிழரின் தன்மானத்துக்குப் பயன் தருவதாகாது.

இவைகளிலே நயம் உண்டு, அது கெடுமே என்று கூறுகின்றனர் புலவர்கள். நாங்கள் கலையுடன் போரிட்டுக் கலையை ஒழிக்கும் வேலையில் ஈடுபடவில்லை. தமிழனின் கலை, கம்ப இராமாயணத்தில் ஆரம்பமாகி, அத்துடன் முடிகிறது என்று, எந்தப் பண்டிதரும் கூறமாட்டார் என்று நம்புகிறேன். கலப்புக் கலையும், ஆரியப் பொய்க் கற்பனைகளும் புகாமுன்பே, தமிழன் தனியான கலையை முதல், இடை, கடைச்சங்க காலங்களிலே வளர்த்தான் என்பது யாவருமறிந்ததே. தொல்காப்பியம் போன்ற தமிழ் நூற்களை, சிலப்பதிகாரம் போன்ற இனிமை பயக்கும் கலைகளை நாங்கள் அழிக்கப் புறப்படவில்லை. அவைகள் எல்லாம் பாமரமக்களுக்குத் தெரிய முடியாதபடியும், அவைகளைப் படித்துப் பாமரர் பயன்பெற முடியாதபடியும் செய்யும் ஆரியக் கலைகளான கம்ப இராமாயணம், பெரிய புராணம் ஆகியவை ஒழிந்தால், தமிழன், தமிழ்க்கலை பயிலவும், போற்றவும் முற்படுவான். கலை உலகிலே புரட்சி தோன்றும். உலகின் பல நாடுகளிலும் கலைப் புரட்சிகள் நடந்தன. கலையிலே மாறுதல்கள் நடந்தன. ஜார் காலக் கலைக்கும், சமதர்ம காலக் கலைக்கும் உள்ள மாறுதலைக் கூறவில்லை இப்போது. ஏனெனில், அந்த ரஷிய நாட்டிலே, சமுதாயத்திலே தலைகீழான புரட்சி உண்டாயிற்று. அதன் விளைவே கலைப்புரட்சி என்று கூறுவர். பயங்கரப் புரட்சிகளற்ற பிரிட்டனிலே, கலையிலே பலமாறுதல்கள் நடந்துள்ளன என்பதைக் கூறுகிறேன், சாசர் காலக் கலைக்கும், ஷேக்ஸ்பியர் காலக் கலைக்கும், பில்கிரிம்ஸ்பிராக்ரஸ்—முக்தி

கோரியவனின் முன்னேற்றம் எனும் நூல் எழுதிய பனியன் தீட்டிய கலைக்கும், மக்களின் சமத்துவ போதனை புரிந்த பர்ன்ஸ் காலக் கலைக்கும் எவ்வளவோ மாறுதல் உண்டு. உலகிலே வேறு எங்கும், ஓர் இனம் மற்றோர் இனத்தின் உயர்வு குறித்து எழுதப்பட்ட கலையைத் தமது என்று கொள்ளவில்லை. இங்குதான் தமிழருக்குத் தனிக்கலை பன்னெடுங் காலத்துக்கு முன்பே இருந்தும், பிற இனத்தின் கலையை முன்னணி நிறுத்தினர். முதல், இடையாகிய சங்க நூற்களைவிட, இன்றைக்கு 700 ஆண்டுகட்கு முன்பு இயற்றப்பட்ட கம்ப இராமாயணத்தையே மக்கள் பெரிதும் அறிவர்; போற்றுவர். அதற்குக் காரணம், அதிலே உள்ள ஆரிய நெறி, தமிழ் மக்களை அடிமைப் படுத்தியதுதான். கம்ப இராமாயணத்திலே, சங்க நூற்களிலே காணப்படும் அணிகளும், அலங்காரங்களும், உவமைகளும் நிரம்ப உபயோகிக்கப்பட்டிருக்கின்றன. குறள் நன்றாக நுழைக்கப்பட்டிருக்கிறது. கம்ப இராமாயணக் கவிச்சுவை என்று எதை எதைப் பண்டிதர்கள் எடுத்துரைக்கிறார்களோ, அவைகள் கம்பனின் சொந்தச் சரக்குமல்ல; சங்க நூற்கள் தந்த சுவை! அந்த மூலத்தை இழக்கும்படி நாங்கள் கூறவில்லை. அந்தச் சுவையை ஓர் ஆரியக் கற்பனைக்குப் பயன்படுத்தியதால், அக்கற்பனையின் விளைவு கேடு தருவதால், அந்த ஏடு வேண்டாம் என்று கூறுகிறோம். சங்க நூற்கள் தரும் கலை நுணுக்கத்தைப் பயன்படுத்தி, காலத்திற்கேற்றதும், தமிழரின் உண்மைக்குப் பயன்படுவதுமான கருத்தை உள்ளடக்கிய புது நூற்களைப் பண்டிதர்கள் இயற்றட்டும்; நாங்கள் போற்றுகிறோம். தலைவர் பாரதியார் கம்பன் கவிச்சுவை போன்ற சுவையுடன் கவி இயற்ற முடியும்—செய்யட்டும். அத்தகைய கலை வளர்ச்சியை நாங்கள் வரவேற்கிறோம். ஆனால், உண்மையில் கம்ப இராமாயணம், இத்தகைய கலை வளர்ச்சிக்குப் பயன்படவுமில்லை; கலை நுணுக்கத்தைக் கண்டு, கம்ப இராமாயணத்தை 100-க்கு 90 பேரான பாமர மக்கள் போற்றுகின்றனர் என்றும் கூறமுடியாது. கம்ப இராமாயணம் என்றதும் அதிலே உள்ள கலைச்சிறப்பல்ல மக்கள் மனதிலே

தோன்றுவது. இராமன் தசாவதாரத்திலே ஒருவர்; அவர் லீலை படித்தால், மேலுலகம் உண்டு என்ற அந்த உணர்ச்சிதான். அந்த உணர்ச்சியை ஊட்டுவதன் மூலம், கம்ப இராமாயணம், தமிழர் தாழ்ச்சியுறவும், ஆரியர் உயரவும் வைக்கிறது.

ஓர் உதாரணம் சுயமரியாதைக்காரர்கள் தமிழரிடையே சீர்திருத்தப் பிரசாரம் செய்கின்றனர், பார்ப்பனன் காலில் வீழ்ந்து தட்சணை தந்து, மானத்தையும் பொருளையும் இழக்காதே; அவன் சாதியிலே உயர்ந்தவன், நீ தாழ்ந்தவன் என்பதை ஏற்காதே; மேலுலகம் என்று நம்பி, பொருளைப் பார்ப்பனத் தரகனிடம் தந்து அவனை உயர்த்தாதே என்று. அதே மக்களிடம், கம்ப இராமாயணப் பிரசங்கம் நடக்கிறது, அதிலே மகாவிஷ்ணுவின் பத்து அவதாரங்களிலே ஒருவராகிய இராமன் காடேகும்போது, உடன்வரவேண்டிய சீதையை அழைத்துச் செல்லுமுன் பிராமணர்களுக்குத் தானம் தந்தார் என்று. மக்கள் அதைப் பக்தியுடன் கேட்கின்றனர். ஆண்டவனின் அவதாரமே பிராமணருக்குத் தானம் தந்தார், திதி நடத்தினார், சடங்குகள் செய்தார். எனவே, நாமும் பிராமணருக்குத் தானம் தரவேண்டும், சு. ம. காரனின் பிரசாரத்தைக் கேட்டு மாறிவிடக்கூடாது என்று எண்ணுகின்றனர். இராமர் காடேகு முன், பொருளை மிதிலைக்கு அனுப்பியிருக்கக்கூடாதா? அயோத்தியிலே ஏழை எளியவருக்குக் கொடுக்கக் கூடாதா? தன்னிடம் பக்தி பூண்ட பரதன்தான் அனுவிக்கட்டும் என்று, பரதனிடம் சேர்ப்பித்திருக்கலாகாதா? வழிச்செலவுக்காகட்டும் என்று எடுத்துச் சென்றிருக்கக்கூடாதா? ஏன் பிராமணருக்குத் தானம் தருகிறார்? எப்படிப்பட்ட சமயத்தில்? பட்டாபிஷேகம் தடைப்பட்டு, அவர் காடேகும் சமயம். அந்தக் காலத்திலேயும் பிராமணருக்கு இலாபந்தான்! அதைப்படித்து வாழும் தமிழனின் இழவு நேரத்திலும், பிராமணருக்கு இலாபமே கிடைக்கக் காண்கிறோம். உரிமை, சமத்துவம் என்று பேசுகிறோம். இராமாயணத்தின்படி, சம்புகனெனும் தமிழனுக்குத் தலைபோகிறது! இது என்ன பாடம் கற்பிக்கும்? இவைகளையாவது கம்பர் தமது நூலிலே மாற்றி

எழுதியிருக்கக்கூடாதா? ஆரிய மன்னன் இராமன் என்பவனுடைய கதை என்ற கருத்து விளங்கவா கம்ப இராமாயணம் இருக்கிறது? ஆரியர் கூறும் நெறியாகிய தசாவதாரத்திலோர் அவதார மகத்துவமல்லவா அக்கதை கூறுகிறது? கம்ப இராமாயணத்திலே காணப்படும் ஒழுக்கங்கள் என்று, அதிலே வரும் நிகழ்ச்சிகள் அனைத்தையும் எவரும் கூறிடத் துணியார். வாலியை மறைந்திருந்து கொன்றது, சம்புகன் தலை உருண்டது முதலியவற்றை, உயர் ஒழுக்கம் என்று உரையார். உயர்ந்த ஒழுக்கம் என் று, வேறு சிலவற்றைக் கூறிடுவர். அத்தகைய ஒழுக்கத்தைக் கொண்டிருந்த தமிழர் பலரைப்பற்றிப், பண்டைத் தமிழ் நூற்களிலே கூறப்பட்டிருக்கிறது. ஏன், அந்தப் பெயர்கள் இன்று மக்களுக்குத் தெரிவதில்லை? ஏன் பண்டைத் தமிழ் நூற்களிலே விவரிக்கப்பட்டிருக்கும் தமிழ் வீரர்களைத் தமிழர் போற்றாது, ஆரிய இராமனுக்குக் கோயில் கட்டிக் கும்பிடுகின்றனர்? வீர உணர்ச்சி பெற, இன்று யாராவது, இமயம்வரை சென்று ஆரியரை வென்ற சேரன் செங்குட்டுவன் பெயரைக் கூறிக்கொண்டிருக்கின்றனரா? இல்லையே. ஆனால் எந்த உணர்ச்சிக்கும் இராமா! இராமா! என்று உச்சரிக்கின்றனர். தமிழ்நாட்டிலே, கம்ப இராமாயண காலத்துக்கு முன்பு, கற்புக்கரசிகளாகப் பல தமிழ்த் தாய்மார்கள் விளங்கினர் என்று சங்க நூற்களிலே படிக்கிறோம். ஆனால், இன்றும், நமது பெண்களை ஆசீர்வதிக்கும்போது, சீதைபோல் இருக்கவேண்டுமென்று சொல்கிறார்களே தவிர, சங்க நூற்களிலே வரும் தமிழ்ப் பெண்களின் பெயர் கூறி வாழ்த்துவதில்லையே, ஏன்? இராமாயணத்தையே எடுத்துக்கொண்டாலும், இராமனைவிடப் பரதனிடம் உயர்தரமான ஒழுக்கங்கள் இருந்தன என்பது விளங்குகிறது. இராமன், அரசு தனக்குச் சொந்தமல்ல என்பது தெரிந்தும், பரதனுடையதே அரசு என்பது தெரிந்தும், தசரதர் தனக்கு முடிசூட்ட விழா வைத்ததை ஒப்புக்கொண்டு, இராச்சியம் ஆள இசைகிறான். தனக்குச் சொந்தமல்லாததை அனுபவிக்க இசைவது, உயர் ஒழுக்கமாகாது. பரதனோ, தனக்கே சொந்தமான அரசையும்

அண்ணனுக்குத் தந்து, தனக்கு அரசாளும் விருப்பமில்லை என்பதைக் கூறி, அரசபோகத்தைத்தான் எவ்வளவு துச்சமாக மதிப்பவன் என்பதைக் காட்டுவதுபோல, 'இராமா! உன் பாதுகையைக் கொடு; அவை அரசாளட்டும்' என்று கூறிய உயரிய ஒழுக்கமுடையவன். இன்றுவரை, இவ்வளவு ஒழுக்கமுள்ள பரதனுக்குக் கோயில் கட்டிக் கும்பிட்டவர் யாராவது உண்டா? இராமா, இராமா என்று கூறுவதுபோல், பரதா, பரதா என்று கூறுபவர் உண்டா? கம்ப இராமாயணம், உயர் ஒழுக்க விளக்கத்துக்காக மட்டுமே எழுதப்பட்டு, உயர்ந்த ஒழுக்கமுள்ளவர்களை மக்கள் வணங்கவேண்டும் என்ற முறையிலே எழுதப்பட்டிருப்பின், இராமன் பூசைக்குரியவனாகப் பரதன் வெறும் ஆழ்வாரான காரணம் என்ன? அவதார மகிமைக்காகவே கம்ப இராமாயணம் எழுதப்பட்டதனால்தான், இராமர் கோயில்கள் எழுந்தன. இந்தச் சிறப்புக்காகவே கம்பர் இராமகாதை எழுதியதால்தான், இமயம்வரை சென்று ஜெயித்த செங்குட்டுவனையும், பர்மாவரை சென்று புகழ்பெற்ற இராஜேந்திரனையும் தமிழர் மறந்தனர். அயோத்தி மன்னன் மகனை, ஆண்டவனவதாரம் என்றுரைக்கும் ஆரியத்துக்கு அடிமையாயினர். இந்த அடிமைத்தனம் போக்கப்படவேண்டும் என்பதற்காகவே, ஆரிய நூற்களைத் தீயிலிடுங்கள் என்று கூறுகிறோம். இராமகாதையை அவதார மகிமை என்று தமிழர் ஏற்றுக்கொள்ள வேண்டி வந்ததன் காரணம், கம்பன் தன் கவித்திறனை ஆரியக் கற்பனைக்கு உபயோகப்படுத்தி, ஆரியப் பாத்திரங்களைச் சற்பாத்திரங்களாக்கி, தமிழர் மதித்துப் போற்றி வழிபடும் குணங்களின் இருப்பிடங்களாக்கித் தீட்டிவிட்டதுதான். ஆகவேதான், கம்ப இராமாயணத்தைக் கண்டிக்கிறோம்.

கம்பர், தமது நூலெழுதிய காலம், ஆரியர் தமிழர் என்ற தனிப்பண்பும், இனக்கூறும் மறக்கப்பட்டு, இரு இனமும் ஒன்றென்ற கருத்தும், தமிழ் நெறியினின்றும் தமிழர் வழுவி ஆரிய நெறியைக் கைக்கொண்டும் இருந்த காலம். அக்காலத்திலே, ஆரியர் திராவிடர் என்ற இன எழுச்சி பற்றி

அக்கரை? இல்லை. எனவே, ஆரியக்கலை இது—தமிழர் கலை இது என்று பிரிக்கவும், ஆரியக்கலையின் கலப்பினால் தமிழர் கலை கெடும், நிலை கெடும் என்று கூறும் உணர்ச்சியும் இல்லாத காலமாக இருந்தது. ஆகவே, கம்பனெனும் கவி, தன் காலத்திலே மக்கள் எதைச் சரியெனக் கொண்டிருந்தனரோ, எதை நெறியெனக் கொண்டிருந்தனரோ, யாராரை வழிபட்டனரோ, அவற்றையெல்லாம் அப்படியே எடுத்துத் தமது நூலிலே அமைத்தார். இன்றோ, ஆரியர்—தமிழர் என்ற கிளர்ச்சி வலியுறுத்தப்பட்டு, ஆரிய ஆதிக்கம் அகற்றப்படவேண்டும், தமிழர் தன்மானம் பெறவேண்டும், தனியரசு பெறவேண்டும் என்று இயக்கம் உள்ள காலம். எனவே இக்காலத்துக்கு, ஆரியரும் தமிழரும் வேறு வேறு அல்லர் என்று கருதிய காலத்துக் கவிதை புனித நூலாக இருப்பது, இன எழுச்சியையும், இன விடுதலையையும் கெடுக்கும். ஆகவே, ஆரிய ஆதிக்கத்தை அறுத்திட விரும்பும் தமிழருக்கு, ஆரிய இராமனை அருச்சிக்க உரைக்கும் கம்ப இராமாயணம் கூடாது.

கதையும் கருத்தும், அதிலே வரும் ஆரியமும் கம்பன் செய்யவில்லை. இருந்ததை, மக்கள் சரி எனக்கொண்டிருந்ததைக், காவியமாக்கினான் என்று கூறுகின்றனர். சரி! அது கம்பனைக் குறை சொல்ல வேண்டாம் என்ற வாதத்துக்குப் பயன்படட்டும். கம்ப இராமாயணம், கம்பர்காலக் கருத்துக்குச் சரியாக இருப்பினும், இக் காலக்கருத்து அதற்கு நேர்மாறாக இருக்கும்போது, இன்று எப்படித் தமிழர் கம்ப இராமாயணத்தை ஏற்றுக்கொள்ள முடியும்?

நான், தன் காலக்கருத்தை அப்படியே எடுத்துக்கூறும் கவியைவிட, தன் காலக் கருத்தை அதற்கு முற்பட்ட காலக் கருத்துடனும், தன் அறிவில் தோன்றும் கருத்துடனும் ஒப்பிட்டுப் பார்த்துத் தன் காலத்திலே மக்கள் கொண்ட கருத்து ஏதேனும் தவறு எனத் தனக்குள் தோன்றினால்

அவைத் திருத்தி, மக்களை நல்வழிப்படுத்த புதுக்கருத்தைத் தன் நூலிலே தைரியமாகக் காட்டும் கவியையே, அதிகம் பாராட்டுவேன்; முதல் தரமான கவி என்பேன். கம்பர் சொற்செல்வர், தமிழ் நூற்களை அவர் எவ்வளவு செம்மையாக அறிந்திருந்தார் என்பது, சங்க நூற்சுவையை அவர் தமது கவிதையில் காட்டியிருப்பதே காட்டும். அவ்வளவு திறமையுள்ளவர் தமிழர் நெறி எது என்பதையும், தன் காலத் தமிழர் கொண்ட கொள்கை ஆரியத்தை வளர்ப்பது என்பதையும் தெரிந்துகொண்டிருக்க முடியும். ஆகவே, அவர் மக்களிடம் தமிழ் நெறி பரவும் விதத்திலே, நூல் இயற்றியிருக்கலாம். அதைச் செய்யாது இராமகாதையைப் பாடினார். மக்கள் சென்ற வழிச் சென்றாரே தவிர, தனி வழிகாட்டவில்லை. நற்கவி, அதைச் செய்யவேண்டுமென்பது என் எண்ணம். அவர் காலக்கருத்தையே அவர்கொண்டார். அது, இக்காலத் தமிழர் தாழ்ச்சி எனும் விளைவே தந்தது. இனி, எழுச்சியும் விடுதலையும் தமிழனுக்கு வேண்டும். அதைப்பெற, ஆரியக் கற்பனை நூற்கள் ஒழிக்கப்படவேண்டும். கம்ப இராமாயணமும் பெரிய புராணமும், ஆரியக் கற்பனைகளைத் தமிழர் நம்பி ஏற்கும்படி செய்கின்றன. எனவே, தமிழர் விடுதலை பெற, வீறுகொள்ள, இந்நூற்கள் ஒழிக்கப்படவேண்டும் என்றுரைக்கிறோம்.

இன்றுவரை பல அறியாளர்களும் ஆராய்ச்சியாளர்களும், இராமாயணம் ஆரிய-திராவிடப் போராட்டக்கதை என்றும், இராவணன் திராவிடன் கூறியுள்ளனர், ஆதாரங்களுடன். இப்போது சிலர், இராவணன் ஆரியன் என்றும், வானரர் என்பது வனவாசிகள், தமிழரல்லர் என்றும் கூறுகின்றனர். தமிழகம், ஆரியநாடு என்று இராமாயண காலத்துக் கருத்துப்படி, இரு இடங்கள் குறிக்கப்பட்டுள்ளன. அதன்படி பார்த்தால், "வானவர்கள்" என்று இராமாயணத்தில் குறிப்பிட்டவர்கள் வாழ்ந்த இடம், விந்தியமலைக்குக் கீழே, கோதாவரி வரையிலே உள்ள நிலப்பரப்பிலே, ஓர் பகுதியாகவே இருக்கிறது. இங்கு ஆரியர்களோ, மற்றவரோ இல்லை, தமிழரே வாழ்ந்தனர். எனவே, அகச்சான்று

புறச்சான்று எனும் எதன்படி நோக்கினும், வானரர் என்பது, பல அறிஞர்கள் கூறியுள்ளபடி தமிழரையேதான் குறிக்கும். அதுபோலவே, இலங்கை மன்னனும் திராவிடனே என்பதற்கும், இவ்வாராய்ச்சி சான்றாகும். இராமாயண காலம் என்று சரித்திரப் பேராசிரியர்கள் தக்க சான்றுகளுடன் குறித்துள்ளனர். அக்காலத்திலே, ஆரியர், வடநாட்டிலே சிறுசிறு இராச்சியங்கள் அமைத்து ஆண்டனர் என்றே கூறுகின்றனர். தமிழகத்தில் ஓர் பகுதியையோ, தமிழகம் தாண்டிக் கடலில் ஓர் தீவையோ, ஆரியர் ஆண்டதாகவோ, ஆரியன் மன்னனானதாகவோ கூறினதில்லை; ஆதாரமுமில்லை. ஒப்புக்கு இராவணனை ஆரியன் என்றே வைத்துக்கொண்டாலும் இரு ஆரியன் வரலாறுதானா தமிழனுக்குக் கலையாக, இலக்கியமாக, அதிலும் மார்க்கம் போதிக்கும் ஏடாக இருக்கவேண்டும்? இது போதாதா தமிழனுக்குத் தன்மானம் இல்லை என்பதைக் கூற என்று கேட்கிறேன்.

இராமாயணத்தில் ஆபாசப்பகுதி போக்கிட அறிஞர்கள் செய்த முயற்சியும், புது விளக்கமுரைத்ததும் பயன்பட்டதா? தசரதன் குறையும், கைகேயிநிறையும் என்ற நூலிலே, தலைவர் பாரதியார் அவர்கள் தமது அறிவாற்றலால், இராமனுக்கு முடிசூட்டத் தசரதன் முனைந்தது தவறு என்றும், அதற்கு இராமன் இணங்கியது ஒழுக்கக் குறைவு என்றும், அழகுற எடுத்துக் கூறினார்; பழித்துப் பேசப்படும் கைகேயி, நிறை குணத்தினள்; போற்றப்படும் தசரதன் குறை குணத்தோன் என்பதை விளக்கி, அரியதோர் ஆராய்ச்சி நூல் வெளியிட்டார். எத்தனை இராம பக்தர்கள் அதனை ஏற்றுக் கைகேயியைப் பற்றித் தமது கருத்தைத் திருத்திக் கொண்டனர் என்று கேட்கிறேன்? எத்தனை கம்ப இராமாயணப் பிரசங்கிகள் இராமநாடகமாடிகள், பாரதியாரின் மறுக்க முடியாத ஆராய்ச்சி முடிவின்படி, தமது கருத்தை மாற்றிக் கொண்டனர் என்று கேட்கிறேன்? ஒருவரும் இராமாவதாரக் கதையிலே இத்தகைய உண்மைகளைத் தேடுவதில்லை. பாராயணம்செய்ய இராமனைப் பூஜித்து வீடு பெற வேண்டும்

என்பதே, அவர்கள் நினைப்பு. அதுதான் ஆரியத்துக்குப் பலமளித்துத் தமிழரைக் கெடுக்கிறது. எனவேதான் அத்தகைய நினைப்பைத் தந்து நிலையை உண்டாக்கிய ஏடுகளைத் தீயிலிட வேண்டும் என்று கூறுகிறோம்.

பேராசிரியர், சோமசுந்தர பாரதியார் அவர்கள் சொற்பொழிவு

தலைவர் அவர்களே! சீமாட்டிகளே! தமிழ்ப்பெருமக்களே!

கம்ப இராமாயணத்தை எரிப்பதா? வேண்டாமா? என்பது பற்றிய உரையாடல் ஏற்பாடு செய்திருப்பதாகவும், அதில் நான் கலந்துகொள்ள வேண்டுமென்றும், நண்பர்கள் கேட்டுக்கொண்டபோது, நான் வேண்டமென்று தெரிவித்தேன். மூன்று முறை மறுத்தேன், கடைசியில், வரவேண்டுமென்று என்னை வற்புறுத்தினார்கள். கம்ப இராமாயணத்தை எரிப்பதா, வைத்துப் போற்றுவதா என்ற பிரச்னை, திருக்கழுக்குன்றம் மகாநாட்டிலேதான் முதலிலே துவக்கப்பட்டது. இந்த விஷயம் ஒரு நாளில் முடிவுகட்டமுடியாது. சிந்திக்கவேண்டும். இதற்கு வாதப்போர் தேவையில்லை என்பதே என் கருத்து. இந்த உரையாடலுக்கு நான் வேண்டாம் என்று மன்றாடியும், என்னை விடவில்லை. இப்போது இரண்டு மணிநேரம், அழகான உபந்நியாசம் கேட்டீர்கள். என்னைத் தலைவரென்று தந்திரமாகச சொன்னார். தன்மான இயக்கத்திற்குப் பெரியார் ஒருவர்தான் தலைவர்—மற்றவர்கள் துணைவர்கள் என்று கூறலாமே தவிரத் தலைவர் என்று கூறக்கூடாது. காங்கிரசுக்கு எப்படி ஒரு காந்தியார் தலைவராக இருக்கிறாரோ, அதுபோலத் தன்மான இயக்கத்திற்குப் பெரியார் ஒருவர்தாம் தலைவராக இருக்கவேண்டும்.

என் நிலை, நீண்ட நாட்களாக நீங்கள் உணர்ந்திருக்கிறீர்கள். உபந்நியாசகர், டிபேட் (தர்க்கவாத) முறையில் பேசவில்லை. உணர்ச்சி ததும்பும் ஓர் ஆரேஷன் (சொற்பொழிவு) செய்து, உங்கள் மனதைக் கவர்ந்திருக்கிறார். நான் இப்போது பேசி, உங்கள் மனதை மாற்றமுடியுமென்று கருதவில்லை. அவரை மறுக்கும் எண்ணத்தை நான் கொள்ளவில்லை. இப்போது ஓட் எடுத்தால் நிச்சயமாக எனக்கு ஓர் ஓட்டும் கிடைக்காது என்பது எனக்குத் தெரியும். ஆகையாலே, நான் ஏதாவது பேசுவதிலே தவறினால் என்மீது கோபிக்கக்கூடாது.

தண்டனை தரவேண்டியது எனக்கல்ல; என்னை வற்புறுத்திக்கொண்டு வந்த நண்பர் சித்தையன் போன்றாருக்கே. நண்பர் சித்தையன், இன்றைய வாதத்தில் பெரிய புராணமும் சேர்க்கப்பட்டிருப்பதாக எனக்குத் தெரிவிக்கவில்லை. ஆகையால் நான் அதைப் பற்றிப் பேசப் போவதில்லை. தெரிவித்திருந்தால், அதையும் படித்துத் துருவிப் பார்த்துக்கொண்டு வந்திருப்பேன். நான் பல வருஷங்களாக வக்கீல் வேலையில் இருந்ததிலே பெற்ற ஓர் அனுபவம் என்னவென்றால், எந்த வழக்கை நடத்த வேண்டுமென்றாலும் முதலிலே எதிர்க்கட்சிக்காரர் என்னென்ன காரணங் கூறுவார் என்பதை யோசித்துப் பார்த்து, அதற்குச் சமாதானம் தேடிக்கொண்டு, பிறகே என் கட்சிக்கான ஆதாரம் தேடுவது வழக்கம். அந்த முறையிலே, கம்ப இராமாயணம் எரிக்கப்பட வேண்டும் என்று கூறுபவர்கள் சொல்லும் காரணங்களை யெல்லாம் கவனித்தேன். எனக்கு, நான் படித்த அளவிலே, கம்ப இராமாயணத்தைக் கொளுத்தவேண்டிய அவசியமில்லை என்றே தோன்றுகிறது.

உபந்நியாசகர் என்னைப்பற்றிக் கொஞ்சம் விளக்கினார். தமிழர்களுக்கு இடுக்கண் விளைவிக்க, ஆரியர் எது செய்தாலும் நான் எதிர்ப்பேன். தமிழர்கள் நடத்தும் எந்தத் தன்மானப் போரிலும் முன்னணியில், முதலிடத்தில் நிற்பேன். கம்ப இராமாயணம் எரிக்கப்படுவதை நான் எதிர்ப்பதால், பாரதி ஆரிய அடிமையாகிவிட்டான் என்று கூறாது, என்னை உபந்நியாசகர், அவர்களுடன் சேர்த்துக்கொண்டே பேசி,

சர்டிபிகேட் கொடுத்தார்கள். நண்பர் அண்ணாத்துரையின் பேச்சிலே நீங்கள் நம்பிக்கை வைத்தால், என்னை ஆரியருக்குத் துணை போகிறவன் என்று எண்ணத் துணியமாட்டீர்கள். நான் ஆரியர்களுக்குத் துணைபோனேன் என்று கருதினால், நண்பர் அண்ணாத்துரையின் பேச்சிலே உங்களுக்கு நம்பிக்கை இல்லை என்று ஏற்படும். ஆரியருக்கு அடிமைப்படாத எண்ணம் எனக்கு 40 ஆண்டுகளுக்கு முன்பே ஏற்பட்டது. சுயமரியாதை இயக்கம் தோன்றுவதற்கு முன்பே இருந்தது. என்னுடைய 14-வது வயதிலே எனக்குக் கல்யாணம் நடந்தபோது நேரிட்டதைச் சொல்லுகிறேன். எட்டையாபுர சமஸ்தானத்தின் ஓர் கிராமத்திலே, நாகரிக் உணர்ச்சி பரவமுடியாத ஊரிலே எனக்குக் கலியாணம். நான் வைதிக உணர்ச்சியுள்ளவன். நல்ல சைவன். இப்போது இருக்கும் சைவம் போன்றல்ல. என்னுடைய சிவநெறி வேறு; இன்று சைவப் பண்டிதர் கூறும் சைவம் நான் கொள்வதல்ல. உண்மையே எனக்குச் சிவம். எனக்குக் கலியாணம், பார்ப்பனரை வைத்துச் செய்வதாகக் கூறினார்கள். அப்படிப்பட்ட கலியாணம் எனக்கு வேண்டாம் என்றேன், சைவஆகமங்களின்படி பார்ப்பனர்களைச் சண்டாளர்கள் என்று கூறப்பட்டிருக்கிறது. கோயில்களிலே அவர்கள் துவஜஸ்தம்பத்துக்கு அப்புறம் நுழையக்கூடாது, வந்தால் தீட்டாகிவிடும் என்று ஆகமம் கூறுவதால், அப்படிப்பட்ட சண்டாளர்களைக் கொண்டு நான் கலியாணம் செய்து கொள்ளமாட்டேன் என்றேன். என் குடும்பத்தார் திருநெல்வேலிக்கும் மதுரைக்கும் போய், பண்டிதர்களைக் கேட்டார்கள். திருநெல்வேலி பண்டிதர்கள்கூடச் சரியாகச்சொல்லவில்லை. மதுரையிலிருந்த பண்டிதர்கள் பையன் சொல்லுவது உண்மைதான்—ஆகமம் அப்படித்தான் கூறுகிறது என்று சொன்னார்கள். பிறகு எனக்குச் சைவக் குருக்கள் வைத்து மணம் நடந்தது. எனது சிறிய வயதிலேயே எனக்கு அந்த நோக்கம் இருந்தது. சுயமரியாதை இயக்கத்தாலோ, அண்ணாத்துரையாலோ அந்த நோக்கம் எனக்கு வரவில்லை. அது முதற்கொண்டு இதுவரை, நான் தமிழருக்குத் தன்மானம் வரவேண்டுமென்று

உழைத்துவந்திருக்கிறேன். சைவப் பண்டிதர்கள், பாரதி ஒரு நாத்திகன் என்று கூறுகிறார்கள். சுயமரியாதைக்காரர்கள், நான் ஆரியத்துக்கு அடிமையாகிவிட்டேன் என்று இனிமேல் கூறினாலும் கூறுவார்கள். பாரதி தோற்றுவிட்டான், தோற்றுவிட்டான் என்று எழுதுவதானாலும், நான் இப்போதே வேண்டுமானால் மும்முறை கையெழுத்துப்போட்டுக் கொடுத்துவிடுகிறேன். தமிழரின் தன்மானத்துக்காக நடத்தப்பட்ட போர்களிலே, நான் கலக்காதபோர் ஒன்றேனும் நடந்ததாக எனக்குக் கவனமில்லை. நான் எதிர்பார்த்த விதமாக அவர் பேசாததால், நான் கொண்டுவந்த ஆதாரத்தை உபயோகிக்க முடியவில்லை. காங்கிரஸ்காரர்கள் எல்லாம் ஒரு மகாத்மா எது சொன்னாலும் சரி என்று நம்புகிறார்கள். தன்மான இயக்கத்தினர் ஒரு பெரியார் எது சொன்னாலும் சரி என்று கொள்கிறார்கள்.நான் மகாத்மாவுமல்ல, பெரியாருமல்ல. நான் ஓர் சாதாரணத் தமிழன். கம்ப இராமாயணத்தைக் கொளுத்தவேண்டாமென்று சொல்லி, கொஞ்ச நஞ்சமிருக்கும் மரியாதையையும் போக்கடித்துக்கொள்ள வேண்டுமா? நீங்கள் கம்ப இராமாயணத்தைக் கொளுத்துவது என்று முடிவு செய்திருந்தால், நான் சொல்லி அதை நிறுத்தமுடியாது. ஆகவே, நான் சொல்வதைக் கேளுங்கள், கோபமின்றிக் கேளுங்கள். சரி என்று பட்டால் கொள்ளுங்கள். இல்லையென்றால், பாரதிக்கு வயதாகிவிட்டது. ஏதோ கூறினான் என்று தள்ளிவிடுங்கள். தமிழ் நாட்டிலே, இனிமேல் ஆரிய ஆதிக்கம் நிலைநாட்ட முடியாது என்பதை, ஆரியரே இப்போது அறிவர்.

தமிழ் மக்களுடைய எதிர்ப்பை ஆரியர் அடக்க முடியாது என்பதை, இந்திப் போராட்டத்தின்போது நாம் பார்த்தோம். புத்தர் தோற்றார், ஜீனர் தோற்றார், இந்தப் பாரதியா ஆரியத்தை அழிக்க முடியும் என்று சி. ஆர். சொன்னார். ஆனால் அவரே, பிறகு வேறொன்று சொன்னார் என்று நண்பர்கள் கூறக்கேட்டு மகிழ்ந்தேன். இந்த இந்திச் சனியனுக்கு இவ்வளவு எதிர்ப்பு இருக்குமென்று தெரிந்தால்,

நான் இதிலே கைவைத்தே இருக்க மாட்டேனே என்று, அவர் தம் நண்பர்களிடம் கூறினாராம்.

கம்ப இராமாயணத்தை எரிக்கக் கூடாது என்று இரு பிரிவினர் கூறுகின்றனர். கம்ப இராமாயணம் ஒரு பெரிய சமயநூல், ஆகையினால் அதை எரிக்கக்கூடாது என்று ஒரு பிரிவினர் கூறுகின்றனர். மற்றொரு பிரிவினர், அது ஒரு சிறந்த கவி, ஆகவே அதை எரிக்கக்கூடாது என்று கூறுகின்றனர். ஒரு சிறந்த கவியை எரிப்பது நல்லதல்ல என்றே நான் கூறுகிறேன். அது தமிழ் நெறியல்ல. ஆபாசக் கருத்துக்களை எரிக்கச் செய்யப்படும் முயற்சியிலே, நான் தொண்டு செய்ய முன்வருவேன். நூலை எரிப்பதால், ஆபாசக் கருத்தை எப்படி அழிக்க முடியும்? கம்ப இராமாயணத்திலே, தசாவதாரக் கருத்து இருக்கிறது, இராமனைத் தெய்வமாக்கியிருக்கிறது. அது வைணவ நூல் என்று உபந்நியாசகர் சொன்னார். இதெல்லாம் கம்பனா உண்டாக்கினான்? அவன் காலத் தமிழர் கொண்ட கருத்தைக் கவி உபயோகித்தார். ஆதலால் நாம், ஓர் நல்ல கவியை இழந்தோம். வைணவமோ ஆரியமோ, கம்பன் உண்டாக்கினதல்ல. கம்ப இராமாயணக் கருத்திலே உள்ள குறைகளை, மக்களுக்கு மெள்ள மெள்ள எடுத்துச் சொல்ல வேண்டும். அறிவு வளரச் செய்யவேண்டும். வாலியை இராமன் கொன்றது, சம்புகனை வதைத்தது தனக்கு உரிமையில்லா அரசை அடைய இசைந்தது, இவைகள் குற்றங்கள். மக்களிடம் இதை எடுத்துக் கூறவேண்டும். எதிரியின் கருத்தை மெள்ள மெள்ள மக்களுக்குக் கூறி மக்கள் எதிரியின் கருத்தை ஆபாசமானதென்று கருதி எள்ளி நகையாடும் விதமான நிதானமான வேலையே மிக்க பயன் அளிக்கும் என்பதை நான் தெரிந்துகொண்டே, ஆரியர்களை எங்கெங்கு எதிர்க்க வேண்டுமோ அங்கெல்லாம் செய்து வந்திருக்கிறேன். கம்ப இராமாயணத்தைக் கொண்டாடுபவர்கள் தமிழர்கள். இன்னும் ஆரியர்கள், வால்மிகி இராமாயணத்தைத்தான் விசேஷனமானதென்று கருதுகிறார்கள். ஆகவே, கம்ப இராமாயணத்தைக் கொளுத்துவது, தமிழர்களுக்கே கோபமூட்டித்

தமிழர்களுக்குள் பிளவை உண்டாக்கும், வெறிநாய் மேலே விழுந்து கடித்தால், நாயைத் திருப்பிக் கடிக்க முடியுமா? சமயவெறி பிடித்த மக்கள், கம்ப இராமாயணத்தைக் கொளுத்தச் சுயமரியாதைக்காரர்கள் துணிந்தால், எதிர்த்து நூலை எரிப்பவர்களையே எரிக்க ஆரம்பித்தால், என்ன செய்வதென்றே நான் அஞ்சுகிறேன். எந்தச் சமயமும் வெறிதான். ஆகவே, இந்த எதிர்ப்பைக் கிளப்பும் காரியத்தைச் செய்ய வேண்டாம் என்று கூறுகிறேன்.

இராமாயணம், ஆரிய மதம் போதிக்கிறது என்று சொன்னார். தமிழனுடைய நிலை, பிறமதக் கருத்தைப் படித்ததும் கெட்டேவிடும், அழிந்தே போகும் என்று ஏன் அஞ்சவேண்டும்? கிறிஸ்துமத நூலைப் படிக்கவில்லையா? ஷேக்ஸ்பியரின் நூற்களிலே கிருஸ்துவ மததத்துவங்கள் நிரம்ப இல்லையா? இராமாயணத்தில்தானா ஆபாசம் இருக்கிறது? இராமாயணத்தைக் கொளுத்திவிட்டால் போதுமா? பாரதத்திலே ஆபாசம் இல்லையா? ஒரு பழமொழி உண்டு, "பாரதத்தை வீட்டிலே படிக்கக்கூடாது; எங்காவது மடத்திலே படிக்கவேண்டும்" என்பார்கள். வீட்டிலே பெண்கள் கேட்டுச் சகிக்க முடியாத ஆபாசம் அதிலே இருக்கிறது. ஐந்துபேர்களுக்குப் பத்தினியாம் திரௌபதி. அந்த கோயிலுக்கு மானமில்லாமல், தமிழ் மக்கள் தங்கள் பெண்களை அனுப்புகிறார்களே! கிருஷ்ணன் பல பெண்களுடன் ஆடினது போதாமல், தன் சொந்த அத்தையையே பெண்டாக்கிக் கொண்டான்! அத்தகைய பாரதத்தைக் கொளுத்த வேண்டாமா? இராமாயணத்தை மட்டும் கொளுத்தினால் போதுமா? இராமாயணத்திலே ஆரியனின் கதை இருக்கிறது என்கிறார்கள். பகவத்கீதையிலே, சகல ஜீவராசிகளுக்கும் நான் கடவுள்; எனக்குப் பிராமணர் கடவுள் என்று கிருஷ்ணன் சொல்லுகிறாரே, அதைக் கொளுத்த வேண்டாமா? நாலாயிரப் பிரபந்தத்தைக் கொளுத்தவேண்டாமா? வைணவ நூல்களிலே காணப்படும் ஆபாசங்களைவிட, சைவ பண்டிதர்களின் புராணங்களிலே அதிக ஆபாசமுண்டு என்பேன். இயற்பகை, சிறுத்தொண்டர்

போன்ற கதைகளெல்லாம் சிவநெறி என்று நான் கொள்ளவில்லை. என் சிவநெறி வேறு. ஆனால் அதற்கும், பெரிய புராணத்தைக் கொளுத்துவதைவிட, அதுபற்றி ஈழத்தடிகள் வெளியிட்டது போன்ற ஆராய்ச்சிகள் இன்னும் வெளியிடவேண்டும். மக்களிடம் அன்புடன் ஆபாசங்களைப் பற்றி எடுத்துக் கூறி, அறிவுச்சுடரைக் கொளுத்தவேண்டும். ஆத்திர மூட்டக்கூடாது. நான் ஆங்கில இலக்கியங்கள் பல படித்திருக்கிறேன். நண்பர் அண்ணாத்துரை அதைவிட அதிகம் படித்திருக்கலாம். நான் படித்தவரையிலே, எந்த இலக்கியங்களிலே வருகிற கதாநாயகனும் இராமனைவிட குணம் அதிகமாகவும், குறை குறைவாகவும் இருப்பதாக நான் கண்டதில்லை. இராமன் இயல்பில் குறை சில பல இருப்பினும், குணம் அதிகமாக இருக்கிறது. கம்பர் எழுதிய இராம சித்திரத்தில், தவறைவிட சிறப்பே அதிகம் இருக்கிறது. நான் கம்ப இராமாயணத்தையும் சங்க நூற்களையும், எந்தத் தமிழ் பண்டிதனுக்கும் குறையாத அளவு ஆராய்ந்து படித்திருக்கிறேன். முன்னால் இந்த இலக்கிய நூற்களிலிருந்து வெளிவந்த மலராக கம்ப இராமாயணம் இருக்கிறது, கம்பன்போல் நான் கவி எழுதலாமே என்று நண்பர் கூறினார். ஏன் எழுதவில்லை? முடியாது. இந்த அகில உலகிலும் கம்பனைப்போல் ஓர் சிறந்த கவியை நான் கண்டதில்லை. கம்பன் வேண்டுமா, தமிழ்நாடு வேண்டுமா என்று என்னைக் கேட்டால், கம்பன் வேண்டும்; தமிழ்நாடு வேண்டேன் என்றே கூறுவேன். கம்ப இராமாயணத்தை நான் படித்ததில்லை; படித்தவர்கள், அதிலே தமிழருக்கு இழிவு இருக்கிறதென்றார்கள் என்று பெரியார் என்னிடம் சொன்னார். 'நான் சொல்கிறேன் நம்புங்கள், கம்ப இராமாயணத்தில் அவ்விதம் இல்லை' என்று, நான் பெரியாருக்குச் சொன்னேன். பெரியாரின் செயல் பெரிது. அதனால் தமிழருக்கு ஏற்பட்ட பலன் அதிகம். ஆனால் தமிழர்களுக்கு ஆத்திரமுண்டாகும் செயல் வேண்டாமென்பது என் கருத்து. இராமன் பிராமணனுக்குத் தானம் கொடுத்தாரே என்று அண்ணாத்துரை கூறுகிறார். என்ன செய்வது? என் வீட்டிலே இன்னமும் என் பெண்டுகள்

நான் சம்பாதிக்கும் பணத்தைப் பிராமணனுக்குக் கொட்டித் தொலைக்கிறார்கள். தடுக்க முடியவில்லையே! அண்ணாத்துரைக்கு அதுமாதிரியான சங்கடம் இல்லை போலும். எதற்கும் ஆரியரைக் குறை சொல்லிப் பயன் என்ன? நமது தமிழ் மக்கள் ஏமாந்தால், அதற்கு ஆரியனை மாத்திரம் குறை கூறி என்ன பலன்? தமிழனுக்கல்லவா உணர்ச்சி வரவேண்டும். நாற்பது ஆண்டுகள் தமிழருக்காக உழைத்து உழைத்து, இனி என்றாவது தமிழனுக்கு விமோசனம் உண்டா என்று திகைக்கவும், என் உழைப்பு தோல்வியுற்றதோ என்று கருதவுமான நிலைமையில், நான் இன்று இருக்கிறேன். தாய்மார்கள் கோபித்துக்கொள்வார்கள். இருந்தாலும் சொல்லி விடுகிறேன். ஒரு நண்பர், "தமிழனுக்கு ஏது விமோசனம்? ஒருநாளிரவு தமிழ் ஆடவரெல்லாம் இறந்துபோய், தமிழ்ப்பெண்களை ஆங்கிலர் மணந்தால், அவர்களுக்குப் பிறக்கும் சந்ததி வேண்டுமானால் விமோசனம் பெறும்" என்று கூறினார். நான், தமிழன் ஆரியத்துக்கு மட்டுமல்ல, கடவுளுக்கே மனிதன் அடிமையாக இருக்கக்கூடாது என்ற கொள்கை உடையவன். இராமன் ஆரியன் என்பதற்காக அந்தக் கதை கூடாது என்று சொல்வதா? ஆரியரில் ஒரு நல்லவன் கூடவா இருக்கமாட்டான்? ஒரு நல்லவன் இருந்தால், அவன் கதையைப் படிப்பதில் தவறு என்ன?

விஷ்ணு என்ற கடவுளேகூட ஆரியருடையதல்ல. தமிழருக்கு இருந்த கடவுளை, ஆரியர் தமதாக எடுத்துத் திரித்துக்கொண்டனர் என்று கூறுவர். உதாரணமாக சங்க நூற்களிலே, கண்ணன் எனும் தமிழ் தெய்வத்தைப்பற்றிக் குறிப்பு இருக்கிறது. அவன் பலதாரங்கொண்டவனல்லன். நப்பின்னை என்ற ஒரே காதலி, தெய்வீகக் காதல். அந்த தமிழ்க் கண்ணனை, ஆரியர் கிருஷ்ணனாக்கி ஆபாசமாக்கினர். இராமனைக்கூடத் திராவிடன் என்று கூறுவர். அதை நான் வலியுறுத்தவில்லை. வால்மீகிகுறித்த ஆபாசங்களை எல்லாம், கம்பர் திறமையாகச் சரிசெய்து, தமிழர் மதிக்கும்படி செய்தார். இராமன், வில் முறித்துச் சீதையை மணந்தான் என்றார் வால்மீகர், கம்பன், தமிழர் அதனை மதியார்

என்பதறிந்து, இருவரையும் சந்திக்கவைத்துக், காதல்கொண்டனர் என்று அழகாகப் பாடுகிறார். அகலிகை, தன்னைத் தேடித் தேவேந்திரனே வந்தானேயென்று, கலவியின் போது பெருமை அடைந்தாள் என்று எழுதினார்; கம்பனோ, தமிழர் அதனை மதியார் என்பதறிந்து, இந்திரனின் சூது தெரியாது அகலிகை தவறினாள் என்று எழுதினார். இராவணன் தமிழன் என்று கூறுவது, எப்படிப் பொருந்தும்? கம்ப இராமாயணத்திலே எங்கே அவ்விதம் சொல்லியிருக்கிறது என்று கேட்டால், நான் சொல்கிறேன், இராவணன் தமிழன் என்று நண்பர் கூறுகிறார். ஆங்கிலங் கற்ற சிலருடைய மொழிகளைக்கேட்டு, அறிவு கெட்டுப் பேசுகின்றனர். ஹிராஸ் சொன்னார். அவர் சொன்னார் இவர் சொன்னார் என்று கூறுகின்றனர். தமிழ் நாட்டின் எல்லையைக் குறித்துச் சங்கச் செய்யுள் இருக்கிறது. குமரி ஆறு என்பது தெற்கு எல்லை. அதைக்கடந்து பலநூறுகாதம் சென்று, பிறகு கடல்கடந்து, அங்கே ஓர் தீவிலே இராவணன் இருந்தான் என்று கூறப்பட்டிருக்கிறது. அது மடகாஸ்கர் தீவுக்குப் பக்கத்திலோ, வேறு எங்கோ இருந்திருக்கும். அது தமிழ்நாடு அல்ல. இராவணன் ஓர் பிராமணன், தென்னிலங்கை வேந்தன் என்ற ஓர் ஆதாரத்தைக் கொண்டே, இராவணனைத் தமிழன் என்று கூறுவதா? ஒரு பிராமணன், எப்படி இலங்கை சென்றான் கடல்தாண்டி என்று கேட்பர். ஆஸ்திரேலியாவுக்குப் பக்கத்திலே ஓர் தீவில், ஒரு வெள்ளைக்காரன் நெடுநாட்களுக்கு முன்பே குடியேறிச் சுதேசர்களை மணந்து இராசா ஆகிவிட்டான். வெள்ளைக்காரன் எப்படி அங்கேபோய் இராசாவானான் என்று கேட்பதா?

தமிழன், தன்னைத் தமிழனென்று கூறிக்கொள்ளவும் வெட்கப்பட்டுத் திராவிடன் திராவிடன் என்று தோள் குலுக்குவதா? திராவிடன் என்ற பெயர், சங்க நூலிலே ஏது? சுயமரியாதை சுயமரியாதை என்று, ஆரிய மொழி பேசினார்கள். நான் சொல்லிச் சொல்லி, இப்போதுதான் தன் மானம் என்று தமிழாகப் பேசுகிறார்கள். நீங்கள்

அண்ணாத்துரை பேசும்போது, அவர் பேச்சை அங்கீகரித்தும், அகமகிழ்ந்தும் அடிக்கடி கைதட்டினீர்கள், எனக்கு அதுபோல் கை தட்டாவிட்டாலும், மனதையாவது திறந்து வைத்துக் கேளுங்கள். நோய் தீர மருந்து தரமுடியாமல் விஷங்கொடுத்து ஆளையே கொல்லுவதுபோல, ஆரியத்தைப் போக்க முடியாமல், தமிழரையே இழிவுபடுத்தித் தமிழ்க்கலையை அழிக்கவேண்டாம். மக்களுக்கு அறிவூட்டுங்கள். ஆரிய ஆபாசத்தை எடுத்துக் கூறுங்கள், அதுதான் தக்கவழி!

பேராசிரியர் பாரதியார் தமது மறுப்புரையாற்றிவிட்டு. இரயிலுக்கு நேரமாகிவிட்டதென்று கூறி உடனே போய்விட்டார்.

அண்ணாத்துரை அவர்களின் பதில்

தோழர்களே! நான் ஆரம்பத்தின்போது சொன்னபடியே, எனக்கும், பாரதியாருக்கும் போர் நோக்கத்தைப்பற்றிக் கருத்தொற்றுமை இருந்ததையும், போர் முறை பற்றி மட்டுமே அவர் வேறுவிதமான கருத்துக் கொண்டிருக்கிறார் என்பதையும் தெரிந்துகொண்டிருப்பீர்கள். இந்தக் கருத்து வேற்றுமை தவிர, மற்றப்படி ஆரிய ஆதிக்கம் கூடாதென்பதிலோ, ஆரியம் தமிழருக்கு ஆகாது என்பதிலோ, பாரதியார், வேறுபாடான கருத்தைத் தெரிவிக்கவில்லை. இராமாயணத்திலே ஆபாசங்களும், சில ஒழுக்கக் குறைவுகளும் இல்லையென்று அவர் கூறவில்லை. அவைகளை மக்களுக்கு எடுத்துக்கூறி, மக்களின் அறிவைப் பெருக்குங்கள், ஏடுகளைக் கொளுத்தவேண்டாம், சமயவெறிபிடித்த மக்கள், சுயமரியாதைக்காரர்களையே சுட்டெரிப்பார்கள் என்றுரைத்தார்கள். தமிழர் தம்மை உணர்ந்து எழுச்சிபெற்றால், அந்த எதிர்ப்பை அடக்கவே ஆரியரால் முடியாது. அவர்கள் நம்மைத் தீயிலிடத் துணிவரென்று அஞ்சும் தலைவர் பாரதியார், பசுமலையில் ஓய்வாக இருக்கட்டும். நாங்கள் அந்த ஏடுகளைத் தீயிலிட்டுக்

காட்டி, அவரிடம் சென்று, "ஆரிய ஏடுகளைப் பொசுக்கினோம்; இதோ வந்தோம். நாங்கள் மூட்டிய தீ, ஆரியத்தையும், அது தங்கியிருக்கும் இடத்தையும், சூழ்ந்துகொள்ளுமோ என்றே இப்போது ஆரியர் அஞ்சுகின்றனர்" என்று பாரதியாரிடம் கூற, நான் வருவேன் என்று உறுதி கூறுகிறேன். புகழ், சாந்தி, அமைதி, புலவர்களுக்கே கிடைக்கட்டும்! எதிர்ப்பு, கஷ்ட நஷ்டம், சுயமரியாதைக்காரர்களாகிய எங்கட்கே இருக்கட்டும். நாங்கள், எத்தகைய தொல்லையையும் சகித்துக்கொண்டு, ஆரியத்துடன் போராடுகிறோம். பாரதியார் போன்றவர்களுக்கு எமது தீவிரமான போர்முறை பிடிக்கவில்லையானால், ஒதுங்கி நிற்கட்டும். ஆனால் ஓய்வான நேரங்களிலாவது, ஏடுகளிலே காணப்படும் ஆபாசங்களையும், ஆரியக் கருத்துரைகளையும், மக்களுக்கு எடுத்துக் கூறட்டும்.

பாரதியார் அவர்கள், தமது சொற்பொழிவிலே பெரும்பகுதி, நாம் கூறுவதை ஆதரிக்கவே செலவிட்டார்கள். கடைசியிலே, கோபத்தோடு சில கூறினார். நம்மீது கோபித்துக்கொள்ளவும், கண்டிக்கவும், அவருக்கு உரிமை உண்டு. வாலிபர்களின் கோபம், எனக்கும் கோபத்தைக் கிளப்புவது வாடிக்கை. வயோதிகரின் கோபமோ, எனக்குப் பரிதாபத்தையே கிளப்புவது வழக்கம்.

பாரதியார், கம்பனை இழக்கமாட்டேன். உலகிலேயே கம்பன் பெரிய கவி. நூலை எரிப்பதன் மூலம், மக்களின் ஆத்திரத்தையும் எதிர்ப்பையும் கிளப்பி அவதிப்படவேண்டாம், மெள்ள மெள்ள மக்களுக்கு விஷயவிளக்கம் ஏற்படச் செய்யுங்கள் என்று நமக்குப் புத்தி கூறிய பாரதியார், கம்பனிடம் கொண்ட பற்றுக்காக, சங்க நூற்களைக்கூடத் தள்ளிவிடவும் துணிந்தார்! இது அவருடைய பற்றினைக் காட்டுகிறது. இது அவருடைய முன்னாள் கருத்தாக இருந்ததில்லை என்பதை, இனி விளக்குகிறேன்.

அதே சொற்பொழிவிலே, நான் 40 ஆண்டுகளாகத் தமிழருக்கு அறிவு புகட்டும் வேலையிலே ஈடுபட்டேன்; ஆரியத்தை எதிர்த்தேன். ஆனால் இன்றோ என் முயற்சி வீணாயிற்று. உழைப்பு வீணாயிற்று. தோல்வியுற்றேன் என்று திகைக்கும் நிலை பெற்றேன் என்று கூறுகிறார். நாற்பது ஆண்டுகள் மெள்ளமெள்ள மக்களிடம் விஷயத்தை விளக்கும் முறையைக் கையாண்டு, பாரதியார் தோற்றதாகத் தாமே கூறிவிட்டு, அதே முறையையே நாமும் கையாளவேண்டுமென்று புத்திமதி கூறினால், அதனை எப்படி ஏற்றுக்கொள்ள முடியும்? அவருடைய உழைப்பு வீணானதற்குக் காரணமே, அந்த மெள்ள மெள்ள எடுத்துச் சொல்லி, மக்களே ஆரியத்தை எள்ளி நகையாடும் விதமாகப் பேசிப்பேசி வந்த அந்த வேலை முறை, மூலத்தைப் பிடித்தாட்டாது போனதுதான் என்பேன். எனவே, இனி நாம் ஆரியத்தை ஒழிக்கவேண்டுமானால், எதிர்ப்புக்கு அஞ்சாமல், தீவிரமாக உழைக்கத்தான் வேண்டும். நாம் இன்று கூறுவது, பெரியதோர் தீவிரமுமல்ல. இருபதாண்டுகளுக்கு முன்பே, மலையாள நாட்டிலே பண்டித மதன்மோகன மாளவியா முன்னிலையில் ஓர் மகாநாட்டிலே, இராமனுக்கு ஜே! என்று சிலர் கூவியபோது, தீவிரவாதிகள், இராவணனுக்கு ஜே! என்று கூவினார்கள், மாளவியா மருண்டே போனார்!

இராவணனைப் பிராமணன் என்று பாரதியார் கூறினார்கள், அதற்கான ஆதாரம் கூறாமல். இலங்கைத்தீவு என்பது, தமிழ்நாட்டு எல்லை என்று குறிப்பிட்டுள்ள இடத்தைச் சார்ந்ததல்ல; அது தமிழகத்திற்குப் பல காத தூரத்திற்கப்பாலிருந்த ஓர் தீவு என்றார்கள். இராமாயண காலமென்று சரித, இலக்கிய ஆசிரியர்கள் குறித்துள்ள காலத்திலே, ஆரியர் வட இந்தியாவிலே சில சிறிய அரசுகளை அமைத்துக்கொண்டு இருந்தார்கள் என்று தெரிகிறதே தவிர, தமிழகத்திலோ, அதை அடுத்தோ, தீவுகளிலோ ஆரியர்கள் இருந்தார்களென்று தெரியவில்லை. பூமி தத்துவத்தை ஆராய்ந்தோர், பன்னெடுங் காலத்துக்கு முன்பே, லெமூரியா கண்டமென்ற பூபாகம் இருந்ததெனவும், கடல்கோள்

ஏற்பட்டே அது சுருங்கித் தமிழக எல்லை கெட்டதென்றும் கூறுகின்றனர். எனவே, இலங்கை என்று குறிக்கப்பட்ட இடம், ஆரிய நாடாக இருக்க நியாயமில்லை. அகச்சான்றோ புறச்சான்றே இன்றி, இதுவரை வெளிவந்துள்ள ஆராய்ச்சியாளர்கள் அனைவரையும் ஒதுக்கித் தள்ளிவிட்டு, இராவணன் ஓர் பிராமணன் என்று கூறுவது அர்த்தமற்ற கூற்று. அதுபோலவே ஆரியப் பாத்திரங்களைத் தமிழர் ஏற்றுக்கொள்ளக் கூடிய விதமாகவும், வணங்கவேண்டிய விதமாகவும் கம்பர் தீட்டியதுதான், தமிழருக்குக் கேடாக முடிந்தது என்று நாம் கூறுகிறோம். அதுதானே கம்பனின் திறமை என்று பதில் கூறுவதிலே, ஏதாவது பொருளுண்டா என்று கேட்கிறேன். கம்பர் அதுபோல் ஆரியரை உயர்த்தி விட்டதால்தான், தமிழர் தங்கள் கலையை, கலப்பற்ற தமிழ்க்கலையை மறந்தனர். தமிழ் வீரரைப் போற்றுவதில்லை. தமிழ்ப் பத்தினிகளைப் போற்றுவதில்லை. பிராமணர்களுக்கு இராமன் தானங்கொடுத்தானென்று எழுதப்பட்ட நூலைத் தமிழர் படிக்கலாமா என்று நான் கேட்டால், பாரதியார் தன் வீட்டுப் பெண்கள் ஆரியப் பிராமணருக்குத் தானம் தருவதாகவும், அதனைத் தம்மால் தடுக்கமுடியவில்லை என்றும் கூறுகிறார். இது என்ன பதில்? கம்ப இராமாயணத்தை இவர் படித்துக்கொண்டே இருப்பதைக் கண்டு, அவர் வீட்டினர் அதிலுள்ளபடி நடக்கவேண்டுமென்று எண்ணி, பிராமணருக்குத் தானம் தருகின்றனர்போலும்! பாரதியார் கம்ப இராமாயணத்தைக் கண்டித்தால், அவர்களும் தமது போக்கை மாற்றிக் கொள்வார்கள்.

ஆரியரின் செயல்களையும், அவர்களைப்பற்றி உயர்த்தப்பட்டிருக்கும் விதத்தையும் கேட்பார் சிரிக்கும்படி எடுத்துரைக்கவேண்டும், அதுதான் முறை என்று பாரதியார் கூறுகிறார். அதுபோல் பேசிக்கொண்டிருந்தால், ஆரியரும் கூடஇருந்து சிரித்துக்கொண்டு இருப்பார்களே தவிர, காரியம் நடக்காது. ஆரியத்துடன் போராடிப் போராடி அலுத்து, பாரதியார் விரக்தி வேதாந்தம் பேசுகிறார் என்று கருதுகிறேன்.

பிறமத நூற்களைப் படிப்பதால் தமிழன் கெடுவானோ என்று கேட்கிறார். கம்ப இராமாயணத்தை தமிழன் பிற மதநூலென்று படிக்கவில்லை; தனக்காக உண்டாக்கப்பட்ட மத நூல் என்று பக்தியோடு பாராயணம் செய்தல்லவா, ஆரியத்தைத் தழுவிக்கொள்ளுகிறான். தமிழனுக்குத் தனிக்கலை இருக்க, தனி நெறி இருக்க, ஏன் ஆரியக் கலையையும், மதத்தையும் தன் தலைமேல் சுமந்து திரியவேண்டும் என்று கேட்டால், அதற்கோர் சமாதானமுங் கூறக்காணோம். இதை மட்டும் எரித்தால் போதுமா? இன்னும் பல உள என்று கூறுவதும், எரித்தால் உம்மை எரிப்பரே என்று கூறுவதும் என்ன பதில்? உவமைகள் கூறி வாதிடுவது, ஆபத்து. பாரதியார் ஓர் உவமை கூறினார். நோயாளிக்கு மருந்து கொடுத்து நோய் தீர்க்காமல், விஷமூட்டிக் கொல்வதற்குச் சமம் இராமாயணத்தை எரிப்பது என்று. எனக்கும் ஓர் உவமை கூற முடியும். உடம்பிலே கொப்பளிக்கும் கட்டியைக் கரைய வைக்க உள்ளுக்கு மருந்து சாப்பிட்டுத் தீராததால், ஆரேஷன் செய்வது ஓர் முறை. அதுபோல, ஆரிய நோய் கொண்ட தமிழ் மக்களுக்கு உள்ளுக்கு மருந்து தருவதுபோல், பாரதியார் போன்றவர்களின் அறிவுரைப் பிரச்சாரம் செய்து பார்த்து, நோய் தீராகதால், ஆபரேஷன் செய்வதுபோல; ஆரிய ஏடுகளைத் தீயிலிடும் தீவிர முறையைச் சுயமரியாதைக்காரர்கள் கையாள்கின்றனர். இன்று கம்ப இராமாயணத்தைவிடச் சிறந்த கலை இல்லை என்று வாதிட்டபேராசிரியர் பாரதியார், 1938-ஆம் ஆண்டு மார்ச்சு மாத முதல் வாரத்தில், வடாற்காடு வட்டாரத் தமிழர் மாநாடு திருவத்திபுரத்தில் நடைபெற்றபோது, தலைமை வகித்து ஆற்றிய சொற்பொழிவிலே சொல்கிறார்:—

"தமிழர்கள் தங்கள் கலப்பில்லாத கலை நலத்தையும், குற்றமில்லாத மொழிநலத்தையும், நிகரில்லாத இலக்கிய நலத்தையும் பெற்றிருந்தனர்" என்று பேசினார். இதைத்தான் நான் இன்று சொன்னேன். தமிழருக்குக் கலப்பில்லாத

தமிழ்க்கலை எப்போது இருந்தது? கேளுங்கள், பாரதியார் அன்று கூறினதை.

"அசோகர், தமது கருத்துக்களைச் சிலசாசனங்களில் வெளியிடுவதற்கு முன்னமேயே; இயேசுகிறிஸ்து மக்களுக்கு உண்மைகளை எடுத்துக்காட்டுவதற்கு முன்னமேயே" என்றார் பாரதியார். எனவே, கம்பன் காலத்திற்கு முன்பே, தமிழருக்குத் தனிக்கலை இருந்தது. எது அக்கலை என்பதையும் அவர் விளக்கினார்.

"சுமார் 2500 ஆண்டுகட்குமுன் தோன்றிய தொல்காப்பியம் எனும் பேரிலக்கணப் பெருநூல், தமிழ் மொழியின் தொன்மைச் சிறப்பை விளக்கும் ஒரு பெருநூலாகும்" என்று அன்று கூறினர். இன்று, தமிழ் நாட்டையும் இழப்பேன், கம்பனை இழக்கமாட்டேன் என்று கூறுகிறார். அவர் அன்று மேலும் கூறினார், "சரித்திர காலத்துக்கு முன்பே தோன்றிய இலக்கியங்கள் வரம்பின்றி பரந்து, பல்வேறு கலைத்துறைகளைத் தன்னகத்தே கொண்டு, பல்வேறு மக்களை, சமமாகக் கருதி நிலவி இருந்தன" என்று கூறிவிட்டுத் தமிழர் கலைகளின் பட்டி தருகிறார். அவற்றுள், கம்ப இராமாயணம் இல்லை என்பதைக் கவனிக்க வேண்டுகிறேன். பாரதியார் அன்றுதந்த பட்டி இது. "வள்ளுவர் வழங்கிய வான்புகழ் குறளும், அகத்துறை நிரம்பிய கலியும், குறுந்தொகையும், குறுநூறும், பொருட்டுறை காட்டிய புறநானூறும், இளங்கோ அருளிய வளங்கெழுமிய சிலப்பதிகாரமும். பண்டைத் தமிழ் மக்கள் புதுப்பொருள் கண்டு ஆராய்ந்து உணர்த்தும் மதுகை உடையர் என்பதை விளக்குகின்றன.

இவ்வளவு தனிக் கலைகள் கொண்ட தமிழர், ஏன் பிறகு கலப்புக் கலையை மேற்கொண்டனர்? அதற்குப் பாரதியார் கூறினார் அன்று "வடமொழியின் புளிச்சுவையில் நாட்டங்கொண்டனர்" சரி! அதனால் என்ன கெடுதி நேரிட்டது? பாரதியார் கூறினார், "வடமொழியின்

புளிச்சுவையில் நாட்டங்கொண்டு, அதனையே பெரிதும் உண்டு அறிவு வேட்கையைத் தணிக்கத் தொடங்கினர். அஃது அவர் தம் அறிவினை மயக்கி, அறிவால் ஆகிய அவர் தம் ஆக்கை நலத்தை ஈடழித்து, பலவீனர்களாக்கி விட்டது. அதனால், புதுநெறியில் கருத்தைச் செலுத்திப் புதுமையும் முற்போக்கும் நிரம்பிய கலைச் செல்வங்களை ஆக்கிக் கொள்ளும் அமைதி குன்றினர்.

"சுவை பயவாத கவிதைகளையும், இயற்கைக்கு மாறான சுவைகொண்ட வெற்று நூல்களையும், பொய் நூல்களையும் புனைந்து அறிவு கெடுனராயினர்"

இங்ஙனம் அன்று பாரதியார், ஆரியக் கற்பனைக் கலைகளைத் தமிழர் தமது தனிக் கலையுடன் கலந்துகெட்டனர் என்பதை எடுத்துக்கூறி வளர்த்த உணர்ச்சிதான் இன்று, அத்தகைய ஆரியக் கலையை அகற்றவேண்டும், தீயிலிட வேண்டும் என்று, எங்களைக் கிளர்ச்சி செய்ய வைக்கிறது. ஆனால் இன்று, அவர் அதனை எதிர்க்கிறார்.

பாரதியார் அன்று, "கி. பி. 5-ம் நூற்றாண்டாகிய புராண காலத்துக்கு முன்பு தனித்தமிழில் இனிமை நலத்தை சுவைத்தறிந்த தமிழ் மக்கள், இருசாதிப் பொருள்களைத் தழுவிக்கொண்டு, பல சாதியர்களுக்குப் பிறந்த கூட்டத்தோடு செல்வாரைப்போலக், கலப்பு நூற்பொருள்களைக் கைப்பற்றிச், செந்தமிழின் சிறப்புக்குக் கேடு செய்கின்றனர்" என்று கூறினார்.

"ஆபாசப் பொய்க் கதைகளும், பொய்யொழுக்கங்களும், தமிழ் நெறிக்குப் பொருந்தாத இலக்கிய இலக்கணங்களும் எழுந்து, தமிழர்களின் இயற்கை அறிவைக் கெடுத்துக் தமிழன் என்பதையும் மறந்து கெடுமாறு செய்துவிட்டன" என்று பாரதியார் அன்று கூறினார். அதனை மேலும் விளக்க, அன்று

பாரதியார், ''ரோமர் எனும் மேனாட்டினர் தங்கள் மொழிச்சிறப்பையும் கைவிடாது, தம் சமூகத்திற் கலக்கப்போந்த கிரேக்கருடைய மொழியிலும் கலையிலும் நல்லவையாய் உள்ளவற்றை மேற்கொண்டு சிறப்படைந்தனர்.

சங்ககாலத்திற்குப்பின் இருந்த தமிழர், வடமொழியின் மொழி நலத்தையும் கலை நலத்தையும் ஆராய்ந்து, தமது பகுத்தறிவு கொண்டு புடைத்து நல்லனவற்றைத் தேர்ந்து கொள்ள முடியவில்லை. ஒரு முறை துறையின்றி அவ்வடவர் மொழி, கலை, நாகரிகம் முதலியவற்றில் நுழைந்து, அவற்றின் வெறிகொண்டு இக்கால—இக்கீழ் நிலைக்குக் காரணமாகிய செயல்களைச் செய்து ஒழித்தனர்'' என்று கூறினார்.

இக்கால—இக்கீழ்நிலையைப் போக்க, அக்காலத்தில் ஏற்பட்ட ஆரியக் கலப்பை நீக்குவதே சரி. அதற்கான மனப்பான்மை மக்களிடம் உண்டாகவே ஆரிய ஏடுகளைத் தீயிலிட வேண்டுமென்று கூறுகிறோம். அந்த முறை மட்டுமே தமக்குப் பிடிக்கவில்லை என்று பாரதியார் கூறிவிட்டு, வேறு முறையாகிய மெள்ள மெள்ள விஷய விளக்கமாற்றுவதைச் செய்யவேண்டுமென்று கூறினார். ஆனால், அவரே அதே முறையை 40 ஆண்டுகளாகத்தான் செய்து பார்த்து தோல்வி மனப்பான்மையே பெற்றதாகக் கூறிவிட்டதால், அவர் கூறிய முறை சரியாகாது என்பது ஏற்படுகிறது. எனவே, விவாதத்துக்கு முன்பிருந்ததைவிட அதிக உறுதி பெற்றுச் சுயமரியாதைக்காரர்கள் ஆரிய ஏடுகளைத் தீயிலிடும் திட்டத்தை நிறைவேற்றுவர் என்பதைத் தெரிவித்துக்கொண்டு, இந்த நல்ல உரையாடலை அமைத்துத் தந்த தோழர்களுக்கு, என் நன்றியறிதலைத் தெரிவித்துக்கொள்கிறேன்.

தலைவர் முடிவுரை

நண்பர்களே! இருவர்களின் அழகிய சொற்பொழிவுகளையும் கேட்டீர்கள், சென்னையில் இதுபோல நடந்த கூட்டத்திலே, அங்குத் தலைமை வகித்தவர், முடிவுரையாக எதுவுங் கூறாது இருந்துவிட்டார். நான் அவ்விதமின்றி, முடிவுரையாக என் கருத்தைக் கூறப்போகிறேன்.

இருவரும் ஆரிய ஆதிக்கம் கூடாதென்றும், இராமாயணாதிகளிலே உள்ள கற்பனைகள் கூடாதென்றுந்தான் கூறினார்கள். ஒருவர் கொளுத்த வேண்டுமென்று கூறினார், மற்றவர், மெள்ள மெள்ள மக்களுக்கு விஷயத்தை எடுத்துச் சொல்லவேண்டுமென்று சொன்னார். ஆகவே, இருவருக்கும் அடிப்படையான அபிப்பிராய பேதம் இல்லை. அபிப்பிராய பேதம் இருந்தால்தானே, நான் எதாவது தீர்த்து வைக்க வேண்டிய அவசியமுண்டாகும்? நூலைக் கொளுத்துவதால் ஆரியம் அழிந்துவிடுமா என்றால், அழிந்துவிடாதுதான். ஆனால் அவைகளைக் கொளுத்துவதால், பயன் இல்லாமற்போகவில்லை. மக்களிடம், புது உணர்ச்சியும், புதுக்கருத்தும் பரவவே, கொளுத்திக் காட்டுவதாகக் கூறுகிறார்கள். ஆரியக் கற்பனைகளைக் கண்டிக்கவே, அதை ஒரு முறையாகக் கொண்டனர். அதற்கு, கொளுத்துவது பயன்தரத்தான் செய்யும். அன்னிய ஆடைகளைக் கொளுத்தினது, எப்படி அன்னிய நாட்டுப்பொருள்களை உபயோகிப்பதைக் கண்டிக்க ஓர் முறையாக இருந்ததோ, அதுபோல, அன்னியக் கலையைக் கண்டிக்க, அந்த ஏடுகளைக் கொளுத்துவது ஒரு வழி. ஆனால் ஏடுகளை உடனே கொளுத்திவிடாமல், இதோ கொளுத்துகிறோம்-கொளுத்தப்போகிறோம் என்று கூறிக்கொண்டே, இன்னும் சில நாட்கள் இதுபோன்ற விஷய விளக்கமாற்றும் காரியத்தைச் செய்யவேண்டுமென்பது என் அபிப்பிராயம்.

'நான் ஆரிய ஏடுகளைக் கொளுத்த வேண்டுமென்று கூறி, அவைகளைக் கண்டித்துப் பேசுகிறேன்' என்று அண்ணாத்துரையும், "நான் அவைகளைக் கொளுத்தக் கூடாது என்று கூறிக்கொண்டே அவைகளிலுள்ள ஆபாசங்களை எடுத்துக் கூறுகிறேன்" என்று பாரதியாரும், ஒருவருக்கொருவர் பேசிக்கொண்டு வந்தே இவ்விதம் பேசினார்களோ என்று தோன்றுகிறது. ஏனெனில், அண்ணாத்துரை கூறியவற்றிலே, முக்கியமான எதையும் பாரதியார் மறுத்துப் பேசவேயில்லை.

சென்னையிலே தோழர் சேதுப்பிள்ளை, இராவணனை ஆரியன் என்று கூறினார், அதுவே பாரதியாரின் கருத்தும். இராவணன் சாமமே பாடினான். ஆகையால் அவன் ஆரியனாகத்தான் இருக்கமுடியும் என்று வாதிட்டனர். இராவணன் சாமவேதம் பாடினான்; ஆகையால், அவன் ஓர் தமிழன் என்று நான் கூறுகிறேன். எப்படி என்று கேட்பீர்கள், இராமாயண காலத்திலே, ஆரிய வேதங்கள் ருக்கு, சாமம், யசுர், அதர்வணம் என்ற நான்கு பெயர்களுடன் நூலாக இருந்ததில்லை. ஒரே வேதமே இருந்தது. வியாசர் காலத்திலேதான் மூன்று வேதங்களாகப் பிரித்துத் தொகுக்கப்பட்டது. இராவணன் காலத்திலே, ஆரியவேதமாகிய சாமம் கிடையாது. அவன் பாடியது தமிழ். தமிழர்களுக்கு அக்காலத்திலே நான்கு மறைகள் உண்டு. அவைகளிலே ஒன்றுக்குச் சாமம் என்று பெயர். ஆகவே, தமிழ் மறையான சாமத்தைத் தமிழ்மொழியில், தமிழனாகிய இராவணன் பாடினான். அவன் தமிழன் என்பதற்கு அந்த ஆதாரமே போதும். வாதத்துக்காக, இராவணன் ஓர் ஆரியன் என்றே வைத்துக்கொள்வோம். இராமனும் ஆரியன். இராவணனும் ஆரியன். ஆக, இரு ஆரியரின் வரலாறுதானா தமிழனுக்குக் கலையாகவேண்டும்? தமிழனுக்குத் தமிழரைப்பற்றிய கலை இருக்கக்கூடாதா? ஆரியமொழியாகிய இந்தி வந்தால் தமிழ்மொழி கெடும் என்று போராடிய பாரதியார், ஆரியக்கலையாகிய இராமாயணம் இருப்பதால் தமிழர் கலை கெடும் என்று கூறி,

அவரல்லவா இப்போருக்குத் தலைமைதாங்கி இருக்கவேண்டும்.

கம்ப இராமாயணத்தைப் பெரியார் படிக்கவில்லை, அதிலே ஓர் ஆபாசமும் இல்லை என்று பாரதி கூறினார். நான் கம்ப இராமாயணத்தைப் படித்தவன். நான் சொல்லுகிறேன், அதிலே பல ஆபாசங்கள் உள்ளன!

சிவனுக்கு ஐந்து தலைகளாம், பிரமனுக்கும் ஐந்து தலைகளாம், ஒருநாள் பார்வதி சிவனென்று கருதிக்கொண்டு, பிரமன் பக்கத்திலே உட்கார்ந்துகொண்டு கொஞ்சினார்களாம். பிரமனுக்கும் ஐந்துதலை இருந்ததால், பார்வதிக்குத்தான் ஆள் அடையாளம் தெரியவில்லை, பிரமனுக்குத் தெரியாதா, வந்தது பார்வதி என்று? அவர் சும்மாவா இருந்துவிட்டார்? அவரும் குலவினார்! திடீரென்று அங்கு வந்த சிவன் கோபித்துப் பிரமனே உனக்கு ஐந்து தலைகள் இருப்பதால்தானே இந்த அக்கிரமம் நடந்தது என்றுகூறி, பிரம்மனுடைய தலையை, முந்திரிப் பழத்தைத் திருகி எடுப்பது போலத்திருகி எடுத்து விட்டாராம்! இந்த ஆபாசத்தைக் கம்பர் விடவில்லை.

இருவர் சொற்பொழிவுகளையும் கேட்டு இன்புற்ற நீங்கள், மிக்க பயன் பெற்றீர்கள் என்பதைக் கூறிமுடிக்கிறேன்.

பின், நன்றி கூறலுடன் கூட்டம் இனிது முடிந்தது.

★★★

9 788198 814340